என் தேடல் நீ அன்பே

கவிதா அன்புசெல்வன்

Made with ♥ on the Notion Press Platform
www.notionpress.com

பொருளடக்கம்

முன்னுரை

"விஷ்ணு உனக்கு ரூம் பிடிச்சிருக்கா? தனியா இருக்கக் கஷ்டமா இருந்தால் கொஞ்ச நாள் எங்க கூட வந்து தங்கிக்கிறியா" என்றாள்...

அந்த வார்த்தைகளைக் கேட்ட கதிர் அதிர்ந்து போய் அப்படியே நின்றுவிட்டான்..

'அடிப்பாவி மகளே, ஊருக்குள்ள எல்லாருக்கும் நான் பேய் ஓட்டுறேன்... ஆனால் இந்த குள்ள கத்திரிக்கா மட்டும் என்னை நிம்மதியா இருக்க விடமாட்டீங்கறாளே... அங்க சுத்தி இங்க சுத்தி, இவளை என்கிட்ட கொண்டு வந்து சேக்குறதுக்குள்ள எனக்குப் பாதி ஜீவன் கரைஞ்சு போச்சு...

இதுல அவனை வேற கூடக் கூட்டி வந்து தொட்டில்ல போட்டுத் தாலாட்டு பாடுவாளாமா? இவளை எல்லாம் துணி கொடுத்து வெளியே விட்டது என் தப்பு... இப்படிப்பட்ட உத்தமிய வெச்சுகிட்டு நான் குடும்பம் நடத்தித் தள்ளின மாதிரி தான்...

முகவுரை

என் பெயர் கவிதா. நான் கவிதா அன்புசெல்வன் என்கிற பெயரில் நாவல்கள் எழுதி வருகிறேன். இதுவரை இருபத்து ஐந்திற்கும் பக்கமான நாவல்களை எழுதி உள்ளேன். என்னுடைய கதைகள் புத்தகமாகவும், மாதநாவல்களாகவும், அமேசான் கிண்டிலில் மின் நூல்களாகவும் உள்ளது. புத்தகம் வாசிப்பது எனக்கு விருப்பமான ஒன்று

1

அத்தியாயம் 1

அந்தப் பரபரப்பான நகரத்தில் அத்தனை ஜனத்தொகைக்கு நெருக்கடியில் வைத்து ஒருவனை உயிர் போகும் வரை அடிக்க முடியுமா? என்றால்... முடியும் என்பதை நிரூபித்திருந்தான் அந்த இருபத்து எட்டு வயது இளம் அமைச்சர் கதிர் வேந்தன்...

இளமை ததும்பும் உடலும் சராசரிக்கு மேல் உயரமும், உயரத்துக்குத் தகுந்த கச்சிதமான உடல்வாகும், சிவந்த நிறமும் அத்தனை பேர் அங்கே இருந்தாலும் அவனைத் தனித்துவமாகக் காட்டியது...

இரண்டு பேரை உயிர் உறையும் வரை அடித்துத் துவைத்துக் கொண்டிருந்தான்... அவனுடைய ஆட்கள் அந்தப் பகுதியைச் சுற்றிலும் நின்று கைகட்டி வேடிக்கை பார்த்துக் கொண்டிருந்தார்கள்...

கதிர் வேந்தன் விட்ட அறையில் நான்கு பல் தெரித்து விழுந்து ரத்தம் கொட்டியது... அதைப் பார்த்த எதிரி இருவரின் கண்களிலும் மரண பயம் தெரிந்தது...

"என் வீட்லயே உளவு வேலை பார்க்கிற அளவுக்கு உனக்குத் தைரியம் வந்திருக்குன்னா, தப்பு என் பேரில் தான்" என்றவன்... பன்சிங் மிஷினைப் போல இருந்த ஒரு பெரிய கருவியை வைத்துக் கொண்டு நின்றிருந்த அவனுடைய ஆட்களிடம், அதை வாங்கி எதிரியின் காதில் துளை போட்டான் கதிர் வேந்தன்...

அணு அணுவாய் கொல்வேன் என்பதைக் கேள்விப்பட்டிருக்கிறோம். அதைத் தான் அவன் இப்போது செய்து கொண்டிருந்தான்...

அவர்கள் இருவரின் உடலைச் சல்லடையாக்கிக் கொண்டிருந்தான்... உடல் முழுவதும் ஓட்டை போடும் கதிர் வேந்தனைப் பார்த்து, அவனுடைய ஆட்களே மிரண்டு போனார்கள்...

அவர்கள் இருவரும் மயங்கிச் சரிந்ததும் கையை உதறிக் கொண்டு, கொஞ்ச தூரம் தள்ளி இருந்த குழாயில் தன் கையைப் பிடித்ததும், அவனுடைய கையை

நனைத்த தண்ணீர் ரத்தமாக மாறிச் சென்றது...

ஒருவன் ஹேன்ட் வாஷ் எடுத்துக் கொண்டு ஓடி வந்து கை நடுங்க அவனுடைய கையில் ஊற்றவும், கையைச் சுத்தம் செய்து கொண்டே,

"நைட் அவர்கள் இருவரையும் நம்ம இடத்தில் வெச்சு எரிச்சு பிடி சாம்பல் ஆக்கி, இவனுகளை அனுப்பியவனுக்கு அனுப்பி வை சரவணா" என்று சொல்லியவன், அவன் பதிலைக் கூட எதிர்பாராமல் வேகமாகச் சென்று, அங்கே நிறுத்தி இருந்த தன்னுடைய ரோல்ஸ் ராய்ஸ் காரில் ஏறிப் பறந்தான் கதிர் வேந்தன்...

அவனுக்கு எப்போதும் கட்டளை இட்டுத் தான் பழக்கம் அவன் என்ன சொன்னாலும் மறுத்துச் சொல்ல யாருக்கும் துணிவும் இல்லை... அப்படிச் சொல்பவர்கள் உயிரும் இருக்காது என்பதை அனைவரும் புரிந்து வைத்திருந்தார்கள்...

அதனாலேயே யாரும் மூச்சு விடும் சத்தம் கூட கேட்காதளவிற்கு அமைதியாக இருந்தார்கள்...

அவன் சென்ற பிறகு தான் அங்கே இருந்தவர்கள் மூச்சை விட்டுத் தங்களை ஆசுவாசப் படுத்திக் கொண்டார்கள்...

அவர்களை உள்வாங்கி இருந்த அந்த இடத்தைச், சுற்றிலும் ராட்சச சுவர் நீங்க என்ன வேணாலும் பண்ணுங்க, நான் எதையும் வெளியில் காட்டிக் கொடுக்க மாட்டேன், என்று சொன்னபடி நின்று அதன் வேலையைச் செவ்வனே செய்து கொண்டிருந்தது...

சென்னையில் முக்கியப் பிரமுகர்கள் வீடு அரங்கேறி இருக்கும் அந்த வீதியில் நுழைந்து, வீதியை அடைத்துக் கட்டி இருக்கும் அந்த மிகப்பெரிய பங்களாவின் முன் கதிர் வேந்தனின் கார் சென்றதும், வாட்ச்மென் ஓடி வந்து கதவைத் திறந்து விட்டு சல்யூட் வைத்தான்...

அதைத் துளியும் கண்டு கொள்ளாமல் உள்ளே சென்று காரை நிறுத்திவிட்டு, வேக நடை போட்டு வீட்டுக்குள் சென்றவன், அங்கே அவனுடைய பிஏ வும் ஒரே ஒரு நண்பனுமான குமரன் அமர்ந்திப்பதைப் பார்த்து விட்டு,

"வாடா நீ இந்த நேரத்தில் இங்க என்ன பண்ற? உனக்கு வேற வேலை கொடுத்து அனுப்பினேனே" என்று கேட்டுக் கொண்டே சோபாவில் கால் மேல் கால் போட்டு அமர்ந்தான்...

"வேலையை முடுச்சுடேன் நான் ஊருக்கு கிளம்பறேன், நீ எப்ப வர என் நிச்சயத்துக்கு இரண்டு நாள் முன்னாடியே வரேன்னு சொல்லி இருக்கற" என்றான் தயக்கத்துடன்...

"கண்டிப்பா நான் வருவேன்" என்று சொல்லி அவன் தோளில் கைபோட்டுக் கொண்டவன், "காபி குடுச்சியா?" என்று கேட்டான்...

"அதெல்லாம் ஆச்சுடா நான் கிளம்பட்டுமா? வந்துருவீல்ல" என்று மறுபடியும் கேட்டான் குமரன்...

"வந்துருவேன் நம்பிக்கையோடு போ" என்று சொல்லி அனுப்பி விட்டு, தன் அறைக்குச் சென்றவனுக்கு வெறுமையின் கோரப்பிடியில் சிக்கியது போல் வெறுத்துப் போனான்...

அவனைச் சுற்றிலும் ஆட்களுக்கு என்றுமே பஞ்சமிருந்ததில்லை... கல்லூரியில் படிக்கும் போதே அரசியல் ஈடுபாடு இருந்ததால், அவனைச் சுற்றிலும் எப்போதும் ஒரு பெரும் படையே இருக்கும்...

எத்தனை பேர் அவனைச் சுற்றிலும் இருந்தாலும் அவனுக்குள் என்னவோ தனிமைதான் ஆட்சி நடத்திக் கொண்டிருந்தது...

அதுவும் இப்ப சமீபகாலமாகத் தான் அவன் வெறுமையை அதிகம் உணர்கிறான். இந்த நிலைக்கும் இவனே தான் காரணம். அதை அறிந்து கொள்வதற்குள் மீள முடியாத தூரத்திற்குச் சென்றிருந்தான்.

"மாமா உங்களுக்கு பிடிச்ச மீன்குழம்பு சமைச்சிருக்கேன் வந்து சாப்பிடுங்க" என்ற கொஞ்சலான குரல் காதில் ஒலித்து அவனை இம்சித்தது...

இதற்கு மேல் எதையும் நினைத்துப் பார்க்கும் சத்தி மனசுக்கு இல்லை என்று நினைத்து, குளியல் அறைக்குள் புகுந்து கொண்டு ஷவரை திறந்து அதில் நின்று கொண்டான்...

அந்த குளிர்ந்த நீர் உடலில் பட்டதும் தெருச்சு ஓடும் வெப்பத்தைப் போல, அவன் உள்ளத்தில் உள்ள வெப்பம் தெரித்து ஓடாமல் அதிகமானது தான் மிச்சம்...

வெளியில் வந்தவன் துவட்டி வேறு உடை மாற்றிக் கொண்டு கட்டிலில் சென்று விழுந்தான் கதிர் வேந்தன். தன் நெஞ்சத்தில் அவனுக்கு மஞ்சத்தைத் தந்தவளின் கணம் தாளாமல் விழி மூடினான்...

அவனுக்குள் ஆழ்ந்த அமைதியும், அவளின் நினைவு தந்த சுகமும் அதிகத் தாக்கத்தை ஏற்படுத்தியது...

இரவு ஒன்பது மணிக்கு மேல் ஆகியும் இன்னும் ஜானகியை விடாமல் வேலை வாங்கிக் கொண்டிருந்தாள் அந்த வீட்டின் எஜமானி லோகநாயகி...

இன்னும் இரண்டு நாளில் அவளுடைய பையன் குமரனுக்கு நிச்சயதார்த்தம்... அடுத்த பத்து நாளில் கல்யாணம். அதற்கு மத்திய அமைச்சரும் தன் மகனின் நண்பனுமான கதிர் வேந்தன், நிச்சயத்திற்கு முன்பே வந்து இரண்டு நாள் தங்கப் போகிறான்... அதற்குத் தான் இந்த ஆர்ப்பாட்டம் பண்ணிக் கொண்டிருந்தாள்...

இளம் அமைச்சரான அவனுக்குத் தன் பெண் சங்கவியை கொடுத்து, அவனை மருமகனாக்கிக் கொள்ள வேண்டும் என்பது தான் அவளுடைய எண்ணமாக இருந்தது...

அவளுக்கு மட்டுமில்லை அவளுடைய கணவர் வெங்கடாச்சலத்திற்கும் இதே எண்ணம் தான்... அதனால் வீட்டைச் சுத்தம் பண்றேன் பேர்வழி என்று, அவர்கள்

வீட்டில் வேலை செய்யும் ஜானகியை போட்டுப் படுத்தி எடுத்துக் கொண்டிருந்தார்கள்...

ஜானகிக்கு நேரம் ஆக ஆக நெருப்பு மேல் நிற்பது போல் இருந்தது... "மறுபடியும் ஒரு முறை அம்மா லேட்டாச்சுமா மீதி வேலையை காலையில் வந்து செய்து கொடுக்கிறேன்" என்றாள் தயக்கத்துடன்...

"நான் சொல்ற நேரத்தில் வேலை செய்யறக்குத் தான் உன்னை வேலைக்கு வெச்சிருக்கேன்... உன் இஷ்டத்துக்கு செய்யறக்கு இல்லை" என்று சத்தம் போடவும், கண்ணில் கண்ணீருடன் வேலையைப் பார்க்கச் சென்றாள்...

அவள் வேலை முடித்துக் கலைத்து வெளியில் வரும் போது, கொஞ்ச தூரம் தள்ளி மரத்து நிழலில் பாடப்புத்தகத்தோடு அமர்ந்திருந்தான் விஷ்ணு...

இவளைப் பார்த்ததும், "அண்ணி வந்துட்டியா? இவ்வளவு நேரம் வேலை வாங்கறாங்களே இவங்கெல்லாம் என்ன பிறவி...

காலையிலிருந்து மாடு மாதிரி வேலை செய்தாலும் திருப்தி வராதா? விட்டால் விடிய விடிய வேலை வாங்குவாங்க போல இருக்கு" என்று கோபத்துடன் கத்தியவன், சோர்ந்து வந்த அண்ணியைத் தன் தோளில் சாய்த்துக் கொண்டான்...

அவனுக்குத் தெரியும் அவள் வயதுக்கு மீறிய பாரத்தைச் சுமக்கிறாள் என்று, ஆனால் அதைத் தன் தோளில் தாங்கிச் சுமக்கும் நாளுக்காகக் காத்துக் கொண்டிருக்கிறான் விஷ்ணு...

"விடுடா விஷ்ணு காசு கொடுக்கறவங்க எல்லாம் தான் சொல்வாங்க, மத்த இடத்தை விட இங்கே சம்பளம் அதிகம் வருது...

இதனால தான் உன்னையும் அபியையும் சந்தோஷமா வெச்சுக்க முடியுது. நல்லா படிக்க வெக்க முடியுது... முன்ன மாதிரி மாசக் கடைசியில் பட்டினி கிடந்ததை எல்லாம் நினைத்துப் பார்த்தால், இது எவ்வளவோ பரவாயில்லைடா" என்றாள் ஜானகி...

"அதுக்காக நீ மட்டும் கஷ்டப்படறியே அண்ணி நானும் பெரிய பையனாயிட்டேன், காலேஜ் படிக்கலைனா என்ன வேலைக்குப் போனால், உன்னை ராணி மாதிரி பாரத்துப்பேன். நீ தான் பிடிவாதம் பிடிக்கிற" என்றான் விஷ்ணு...

"யாரு உன்னை வேலைக்குப் போக வேண்டாம் குடும்பத்தை காப்பாத்த வேண்டாம்ன்னு சொன்னது, அது தான் பெரிய வேலைல செலக்ட் ஆகிட்டயே, இன்னும் ஒரு மூனு மாசம் போனால் வேலைக்குப் போய் சம்பாதிச்சுப் போடு" என்றாள் ஜானகி...

"இதைச் சொல்லியே வாயைடைச்சுடு" என்றான் விஷ்ணு...

அவன் கன்னத்தை வருடி, "இன்னும் சாப்பிடாம சோர்ந்து தெரியற பாரு, வா வீட்டுக்குப் போகலாம் அபியும் சாப்பிடாமல் பார்த்துகிட்டு இருப்பாள்" என்று சொல்லி விட்டு வேக நடையுடன் வீட்டுக்குச் சென்றார்கள் இருவரும்...

"விஷ்ணு நீ வீட்டில் அபிக்குப் பாதுகாப்பா இருக்கலாம்ல நானே வந்திருப்பேன்... அவளைத் தனியா விட்டுட்டு வந்து தினமும் இப்படி நீ ரோட்ல நிக்கறது பாக்கற எனக்குக் கஷ்டமா இருக்கு" என்றாள் ஜானகி...

"அண்ணி அவ வீட்டில் பாதுகாப்பா தான் இருக்கா, அக்கம் பக்கம் இருப்பவர்களும் பார்த்துப்பாங்க... நீ இந்த மாதிரி நேரம் கெட்ட நேரத்துல தனியா வரது பாதுகாப்பில்லை...

நான் வாராம நீ தனியா வரக்கூடாது சொல்லிட்டேன்" என்று சொல்லி விட்டு அவள் தோள் மேல் கைபோட்டுக் கொண்டு, கல்லூரியில் நடந்தது வீட்டிற்கு வந்து தங்கை அபிராமியுடன் பேசியது, எல்லாம் சுவாரஸ்யமாக அவளிடம் சொல்லிக் கொண்டு வந்தான்... அவளும் கேட்டுக் கொண்டே வீடு வந்து சேர்ந்தார்கள் இருவரும்...

"அபி கதவைத் திற" என்ற விஷ்ணுவின் குரல் கேட்டு வேகமாக வந்து கதவைத் திறந்த அபி, "அண்ணி" என்று தாவி அணைத்துக் கொண்டாள்...

அவளும் அணைத்துக் கொண்டவள், "அபி படுச்சியா?" என்று வழக்கமான கேள்வியைக் கேட்டுக் கொண்டே உள்ளே நுழைந்தாள்...

"அதெல்லாம் படுச்சுடேன் அண்ணி நீங்க ஏன் இவ்வளவு நேரம்" என்று கேட்டவள், "அண்ணி பாத்ரும்ல சுடு தண்ணி விளாவி வெச்சிருக்கேன்...

வேறு துணியும் எடுத்து வெச்சுடேன் போய் குளிச்சுட்டு வா நான் சாப்பாடு எடுத்து வெக்கறேன்" என்று சொல்லி விட்டுச் சமையல் அறைக்குச் சென்றாள் அபி...

"எடுத்து வை இதோ வரேன்" என்று சொல்லி விட்டுக் குளிக்கச் சென்றாள் ஜானகி... அவள் குளித்து வருவதற்குள் அவளைப் பற்றிப் பார்த்து விடுவோம்...

அண்ணி என்றதும் அவளைப் பெரிய பெண் என்று நினைத்து விடாதீர்கள்... இருபத்தி நான்கு வயதான கல்யாணமாகாத பெண் தான்...

அவளுடைய அத்தை பெண் அபியையும் பையன் விஷ்ணுவையும், அவளுடைய அத்தையும் மாமாவும் இறந்த பிறகு, ஜானகி தான் கஷ்டப்பட்டுப் படிக்க வைக்கிறாள்...

அவர்கள் இருவரையும் படிக்க வைத்து நல்ல முறையில் திருமணம் செய்து கொடுப்பது தான் இவளுடைய லட்சியமே...

குளித்து விட்டு டவளில் துவட்டிக் கொண்டே வந்து, சாப்பாடு எடுத்து வைத்திருக்கும் இடத்தில் அமர்ந்தாள்...

"டவளைக் கொடு அண்ணி" என்று வாங்கிக் கொண்டு போய் காயவைத்து விட்டு வந்து அமர்ந்து கொண்டான் விஷ்ணு...

மூன்று பேரும் சாப்பிட்டுக் கொண்டே பேசி சிரித்து, அவர்கள் மூன்று பேரும் சேர்ந்து இருக்கும் நேரத்தை வெகுவாக ரசித்தார்கள்...

விஷ்ணுவை விட மூன்று வயதே பெரியவளான ஜானகிக்கும், அவர்களுக்கும் பெரிய வித்தியாசம் இல்லாததால், ஒத்த வயதுடையவர்களைப் போலத் தான் இருந்தார்கள் மூவரும்...

அபி கல்லூரியில் இரண்டாவது வருடமும், விஷ்ணு கடைசி வருடமும் படிக்-கறாங்க. விஷ்ணு கேம்பசில் செலக்ட்டாகி இருந்தான். இன்னும் மூன்று மாதப் படிப்பு முடுஞ்சதும், வேலையில் ஜாயின் பண்ணிக்கச் சொல்லி இருக்காங்க...

சாப்பிட்டு முடித்து விட்டு அபி எல்லாம் எடுத்து வைக்க ஜானகி அந்த இடத்-தைச் சுத்தம் பண்ணினாள்...

விஷ்ணு படுக்கையை விரித்துப் போட்டான். ஜானிகி படுத்துக் கொள்ளவும், அவளுடைய இரு பக்கமும் இருவரும் படுத்துக் கொண்டவர்கள், உறக்கம் வரும் வரை பேசிக் கொண்டிருந்து விட்டு உறங்கினார்கள்...

காலையில் நான்கு மணிக்கே எழுந்தவள், சமையல் வேலையை முடித்து விட்டு ஆறு மணிக்கு இருவரையும் எழுப்பி காபி கொடுத்தாள்.

"அண்ணி என்னையும் எழுப்பி விடலாம்ல, நீயே அங்க போய் ஏகப்பட்ட வேலை செய்யனும், இங்கயாவது நான் பார்த்துப்பேன்ல" என்றாள் அபி...

"ரெண்டு பேரும் காலையில் அரக்கப் பறக்க ரெடியாகி போவீங்க, இதுல சமையல் வேலையும் செஞ்சு சாப்பிட்டும் சாப்டாம போவீங்க...

நான் செஞ்சு வெச்சுட்டுப் போய்ட்டா பொறுமையா ரெடியாகி போவீங்க, அதுல எனக்கும் நிம்மதி... இல்லைனா அங்க போய் வேலை செய்யும் போதும், நீங்க என்ன பண்ணுனீங்களோன்னு உங்க நினைவாகவே இருக்கும் அதான் செஞ்சுடேன்...

மணி ஆறு ஆச்சு நான் கிளம்பறேன் பார்த்துப் போங்க, அபியைக் கொண்டு போய் விட்டுட்டு போ...வரும் போது கூட்டி வந்திரு எப்பவும் போல நமக்கு யாரும் இல்லை... நாம தான் பாதுகாப்பா இருந்துக்கனும்" என்று அறிவுரை சொல்லி விட்டு வேலைக்குக் கிளம்பினாள் ஜானகி...

2

அத்தியாயம் 2

குமரன் வீட்டுக்குப் போய்ச் சேர மேலும் அரை மணிநேரம் ஆகியிருந்தது ஜானகிக்கு...

ஜானகியைப் பார்த்ததும் அவளுக்காகவே காத்திருந்தது போல, லோக நாயகி அடுக்கடுக்காய் வேலை சொன்னவள், "நேரத்திலேயே வரவேண்டியது தானே ஆடி அசைந்து வரே, நாளையிலிருந்து இன்னும் கொஞ்சம் முன்னாடியே வந்துரு" என்று எரிந்து விழுந்தாள்...

"சரிங்கம்மா" என்று தலையாட்டி விட்டு சமையலறைக்குள் புகுந்து கொண்டவளுக்கு, வேலை மலை போல் குவிந்து கிடந்தது...

சமையல் வேலையை முடித்து அவர்களுக்கு டிபன் எடுத்து வைத்து விட்டு, மற்ற வேலையைப் பார்க்க ஆரம்பித்தாள்...

எல்லாரும் சாப்பிட வரக் கூட வேலை செய்யும் பிரேமாவிடம், "அக்கா நீங்கப் போய் பறிமாறிட்டு வாங்க நான் இந்த வேலையைப் பாக்கறேன்" என்றாள்...

அன்று முழுவதும் அவளுக்கு வேலை இடுப்பெலும்பை உடைத்தது... இரவு பத்து மணிபோல் தான் வீட்டுக்குக் கிளம்பினாள்...

"நாளைக்கு காலையில் நேரத்திலேயே வந்துரு கெஸ்ட் எல்லாம் வந்துருவாங்க, நீ உன் இஷ்டத்துக்கு வராத" என்று சொல்லி அனுப்பினாள் லோகநாயகி...

ஜானகியும் அவர்களாகக் கூப்பிட்டால் தவிர இவளாக சமையலறையை விட்டு உள்ளே செல்ல மாட்டாள்... அதனாலேயே அவளுக்கு யார் வராங்க வரலைன்னே தெரியாது...

அடுத்த நாள் காலையில் ஜானகி வரும் போதே வீடு பெரும் பரபரப்பில் இருந்தது...

அதுவும் சங்கவி பெண் போலத் தன்னை அலங்கரித்துக் கொண்டு இதுக்கும் அதுக்கும் நடமாடிக் கொண்டிருந்தாள்...

உறவுகளும் சிலபேர் வந்திருந்தார்கள்...

நிச்சயதார்த்த வேலைகளும் நடந்து கொண்டிருந்தது... காலை பத்து மணிக்கு அந்த வீதியே போலீஸ் கண்ரோலில் இருக்க, ஆள் அரவமற்று அமைதியாக இருந்தது... தன் பாதுகாப்புப் படைகளோடு நாலைந்து வாகனங்கள் புடைசூழ வந்து இறங்கினான் அமைச்சர் கதிர் வேந்தன்...

குமரனுக்கும் வெங்கடேசனுக்கும் பெருமையில் தலைகால் புரியாமல் அவனை வரவேற்றார்கள்...

லோகநாயகியும் சங்கவியும் ஒருபடி மேலே போய் அவனுக்கு ஆரத்தி சுற்றி, ஏதோ புது மாப்பிள்ளையை வீட்டுக்கு அழைப்பது போல் தடபுடல் செய்தார்கள்...

அதில் கொஞ்சம் எரிச்சலான கதிர் வேந்தன், "எதுக்குடா இவ்வளவு வரவேற்பு, நான் என்னோட மன அமைதிக்கும் நீ என் நண்பன் எனக்கு பிஏ என்ற முறையிலும், சாதாரணமாகத் தான் வந்திருக்கேன்... தேவையில்லாமல் எதையும் எனக்காகச் செய்யாதீங்க. எனக்கு அது பிடிக்காதுன்னு உனக்கே தெரி-யும்ல" என்று மொத்த எரிச்சலையும் அவன் மேல் காட்டினான்...

"சாரி அம்மா ஆசைபட்டாங்க இனி இப்படி நடக்காம பார்த்துகறேன்" என்று சொல்லி விட்டு, அவனை அவனுக்கு என்று ஒதுக்கி இருக்கும் அறைக்கு அழைத்துச் சென்றான்...

அவனுடைய தங்கை சங்கவி பின்னாடியே சென்று மெத்தையைத் தட்டி விடு-வதும், பெட்சீட்டை ஒழுங்கு பண்ணுவதும் தண்ணீர் எடுத்து வைப்பதுமாக இருந்-தாள்...

"இதெல்லாம் நானே பார்த்துப்பேன் நீங்க எதுவும் செய்ய வேண்டாம், உங்க-ளுக்கு எதுக்கு தேவையில்லாத கஷ்டம்" என்றான் கதிர்...

"நீங்க இங்க இருக்கற வரையிலும் உங்களை நான் தான் பார்த்துக்க போறேன்... அதனால் இதை எல்லாம் நான் தான் செய்வேன்" என்றாள் சங்கவி...

"அதெல்லாம் ஒன்னும் வேண்டாம் என்னை எனக்கு பாத்துக்கத் தெரியும்... இங்க சாதாரண ஒரு ஆளா தான் வந்திருக்கிறேன்" என்று சொல்லி விட்டு அதற்கு மேல் அவளிடம் பேச விரும்பாதவன், "குமரன் உன் நிச்சயதார்த்த வேலை எல்லாம் எப்படி போகுது, கஸ்தூரியிடம் பேசுனியா?" என்றான்...

"இல்லை அப்பா நிச்சயம் முடிற வரை பேசக் கூடாதுன்னு கண்டிஷன் போட்டுட்டாங்க, நாளைக்குத் தான் பேசனும்" என்றான் குமரன் வருத்தப்படுவது போல்...

"இந்த காலத்தில் கூட உங்க அப்பா இப்படி இருக்காறே, இப்ப எல்லாம் பொண்ணுங்க ரொம்பவும் முன்னேறிட்டாங்க...

அவங்க தான் பசங்களுக்கு எல்லாம் கத்து தருவாங்க போல் இருக்கு" என்றவன், தன் நினைவுகளில் மூழ்கிப் போனான்...

அவனை உலுக்கிய குமரன், "என்னாச்சு" என்றான்...

"ஒன்னுமில்லை பாதுகாப்புக்கு வந்தவர்களுக்குச் சாப்பாட்டுக்கு தங்கறக்கு அரேஜ் பண்ணிரு, நான் கொஞ்சம் தனியா இருக்கனும்... நீ போய் உன் நிச்சயதார்த்த வேலையைப் பார்" என்றான்...

குமரன் வெளியே செல்ல, கதிர் அப்படியே கட்டிலில் அமர்ந்தவன், தன் இரு கைகளையும் கன்னத்தில் வைத்துக் கொண்டான்...

அவனுடைய நிம்மதியைக் கெடுப்பது போல், அண்ணன் வெளியே சென்றதும் லோகநாயகி சொன்ன மாதிரி, பலகாரம் கொஞ்சம் எடுத்துக் கொண்டு கதிர் வேந்தன் இருக்கும் அறைக்குச் சென்றாள் சங்கவி...

அவளைப் பார்த்ததும் எரிச்சல் அடைந்தவன், "இதெல்லாம் எதுக்கு நீங்க எடுத்து வரீங்க" என்று சொல்லி விட்டு, தனக்கு எல்லாமுமாக இருக்கும் சரவணனை போன் பண்ணி அழைத்தான் கதிர் வேந்தன்...

அடுத்த ஐந்தாவது நிமிஷம் கதவைத் தட்டிக் கொண்டு உள்ளே வந்து, " சார் எதாவது வேணுமா?" என்றான்...

"ஆமாம் நீ இங்கயே இருந்து என்னை கவனிச்சுக்க, இங்க இருப்பவர்களுக்குக் கல்யாண வேலை நிறைய இருக்கும். இதுல என்னையும் கவனிக்கச் சிரமமா இருக்கும்... என்ன சங்கவி இப்ப ஓகே வா இனி நீங்க வரவேண்டாம்" என்றான்...

அவளுக்கு முகம் கருத்துப் போனது கொண்டு வந்ததை வைத்து விட்டு வெளியே சென்று விட்டாள்...

இதைப் பார்த்ததும் புரிந்து கொண்ட சரவணன், உள்ளுக்குள் சிரித்துக் கொண்டான்... 'இவங்களுக்கு இன்னும் சாரைப் பத்தி தெரியாது போல...

அவர் பெண்கள் விஷயத்தில் ரொம்பவும் சுத்தம், எந்த பெண்ணும் நெருங்க முடியாது... உங்களோட எண்ணமெல்லாம் இவர்கிட்ட செல்லுபடியாகாது' என்று நினைத்துக் கொண்டான் சரவணன்...

அம்மாவின் அறைக்குக் கோபத்துடன் சென்றவள் நடந்ததைச் சொன்னாள்... "அப்படியா சொன்னார் கதிர், சரி இரு அண்ணா கல்யாணம் முடுஞ்சு போகும் போது, உனக்கும் அவருக்கும் நிச்சயம் பேசிறலாம்... அப்பாட்ட சொல்றேன் அதுவரை நீ பொறுமையா இரு" என்று மகளுக்கு ஆறுதல் சொன்னாள் லோகநாயகி...

அதை எல்லாம் காதில் வாங்காதவள், அவனது கம்பீரத்திலும், அழகிலும், ஆளுமையிலும், செல்வாக்கிலும், கவரப்பட்டு அவனையே சுற்றி வர ஆரம்பித்தாள்...

அவன் திட்டினாலும் கேட்காமல் இரவு உணவை எடுத்துச் செல்லவும், சரவணன் கதவைத் திறந்து அவளை உள்ளே விடாமல் வெளியிலேயே நிற்க வைத்து அதை வாங்க, "இல்லை நானே தான் கொடுப்பேன்" என்றாள்...

"சார் என்னைத் தான் திட்டுவார் யாரையும் உள்ளே விடக்கூடாதுன்னு சொல்லி இருக்கார்" என்று சொன்னான்...

"அதெல்லாம் என்னைத் திட்ட மாட்டார்" என்று சொல்லி அவனைத் தள்ளிக் கொண்டு உள்ளே சென்றவள், நேராகச் சென்று கதிர் வேந்தனை உரசியபடி நின்றாள்...

துள்ளிக் குதித்துப் பின்வாங்கியவன் கோபத்துடன், "சரவணா" என்று கத்தினான் கதிர் வேந்தன்... பதற்றத்துடன் சரவணன் அருகில் வந்து நின்றதும், "குமரனை வரச் சொல்லு நாம சொல்லிட்டு இப்பவே கிளம்பலாம்" என்றான்...

அதில் சங்கவி பதைபதைத்துப் போனவள், "என்னாச்சு எதுக்கு இப்பவே கிளம்பறீங்க" என்றாள்...

எள் என்பதற்கு முன் எண்ணெய்யாக நிற்கும் அவனுடைய ஆள் சரவணன், அதற்குள் குமரனை அழைத்து வந்திருந்தான்...

"என்னாச்சு" என்று படபடப்புடன் குமரன் கேட்கவும், "உன் தங்கை இந்த ரூமுக்கு வரது எனக்குப் பிடிக்கலை நான் கிளம்பறேன்" என்றான் கதிர் வேந்தன்...

அதற்குள் வெங்கடாசலமும் வந்தவர், மகனிடம் என்ன வென்று கேட்டு விட்டு, "கதிரைப் பார்த்து தம்பி நீங்க தப்பா எடுத்துக்காதீங்க அவளுக்கு நீங்கன்னா அவ்வளவு இஷ்டம், நான் கூடக் குமரன் கல்யாணம் முடுஞ்சதும் இதைப் பத்தி பேசலாம்ன்னு நினைச்சேன்...

கட்டிக்கப் போறவர்ங்கற உரிமையில் உங்களைக் கவனிக்க வந்திருப்பா, மற்றபடி என் பொண்ணு ரொம்ப நல்லவ" என்றார்...

இதைக் கேட்டதும் முகமெல்லாம் சிவந்து தன் உடலெல்லாம் பலகீனமாக, "பிளீஸ் இனி ஒரு முறை என் கல்யாணத்தைப் பத்தி பேசாதீங்க...

என்னைப் பத்தி உங்களுக்கு என்ன தெரியும்ன்னு இப்படி பேசறீங்க... எல்லாரும் இங்கிருந்து போங்க" என்று அவன் போட்ட சத்தத்தில் பயந்து போனார்கள்.

அவனே வேகமாக வெளியே செல்லப் பார்த்தவனை, உள்ளே இழுத்து நிறுத்திய குமரன்,

"இனிமேல் உன்னை யாரும் தொந்தரவு பண்ண மாட்டாங்க, அதுக்கு நான் பொறுப்பு நீ இங்கிருந்து போகாதடா...

உன்னை இங்க வரவழைக்க நான் எவ்வளவோ சிரமப்பட்டேன், ஒரு நிமிஷத்தில் போறேன்னு சொல்ற" என்றான் குமரன் வருத்தத்துடன்...

அவன் முகத்தை அழுத்தமாகப் பார்த்தவன், "உன் தங்கை என் கண்ணெதிரில் வரக்கூடாது" என்று கடுமையாகச் சொன்னவன்,

"சரவணன் கதவை லாக் பண்ணு" என்று சொல்லி விட்டு பால்கனி பக்கம் சென்று, வெளியே ரோட்டை வெறித்தபடி நின்று கொண்டான் கதிர்வேந்தன்...

வெங்கடாசலமும் குமரனும் சங்கவியை அழைத்துக் கொண்டு லோகநாயகி அறைக்குச் சென்றார்கள்...

அழுது கொண்டே அவர்கள் பின்னே சென்றவள், அவளுடைய அம்மாவைப் பார்த்ததும் கட்டிக் கொண்டு அழுதாள்...

அவளுடைய அம்மா பதற்றத்துடன், "என்னாச்சு ஏன் அழறா?" என்று கணவனைப் பார்த்துக் கேட்டார்...

"அம்மா இவளைக் கதிர் அறைக்கு விடாதீங்க... இவளைப் பார்த்தால் இனி நான் சொன்னால் கூட கேட்காம கிளம்பி போய்விடுவான்...

அவன் மனக்கஷ்டத்திலும் வேதனையிலும் இருந்தான்... அவனுக்குள்ள ஏதோ கசப்பான அனுபவம் இருக்கு...

மறக்கமுடியாமல் தவிக்கிறான் என்னன்னு புரியலை... இப்போதைக்கு அவனை யாரும் நெருங்காதீங்க, கல்யாணம் முடுஞ்சு பேசிக்கலாம்" என்றான் குமரன்...

மகன் பேசியது சரி என்று பட வெங்கடாஜலம், "ரெண்டு பேரும் குமரன் சொல்ற மாதிரி நடந்துக்குங்க,

தேவையில்லாமல் வேற எந்தப் பிரச்சனையையும் கல்யாண சமயத்துல இழுத்து விடாதீங்க" என்றார்...

அதில் அம்மா மகள் இருவரும் அமைதியாகினர்... வெங்கடாசலமும் குமரனும் அந்த இடத்தை விட்டு வெளியே சென்றார்கள்...

3

அத்தியாயம் 3

இரவு நேரக் குளிர் காற்று வெகுவாக உடலையும் மனசையும் குளிர்விக்க, பால்கனி கைபிடிச் சுவரைப் பற்றிக் கொண்டு, அதை ஆழ்ந்து சுவாசித்துக் கொண்டு நின்றான் கதிர் வேந்தன்...

அவன் மனமோ தனக்குக் கிடைத்த அத்தனையும் ஒதுக்கித் தூர நிறுத்தி விட்டு, கிடைக்காத ஒன்றிற்காக ஏங்கித் தவித்துக் கொண்டிருந்தது...

அவன் பார்வை சாலையை வெறித்துக் கொண்டிருந்த அந்த நேரத்தில், ஒரு பெண் நடந்து செல்ல மரத்தடியில் அவளுக்காகவே காத்திருந்ததைப் போல அமர்ந்திருந்த ஒருவன், எழுந்து வந்து அவள் தோளில் கைபோட்டுக் கொண்டான்...

அதைத் தூரத்திலிருந்து பார்த்தவனுக்கு உடலெல்லாம் ஜிவ்வென்று ஒரு உணர்வு மின்சாரமாகத் தாக்கி, அவனுடைய மொத்த உடலும் தளர்ந்து போய் கண்ணைக் கட்டுவது போலானது...

அவன் உடல் நடுங்கியது, மனம் பதைபதைத்துப் போக வெகு நாளைக்குப் பிறகு மொத்தமாக அவனுடைய கட்டுப் பாட்டை இழந்திருந்தான்...

மறுபடியும் அவர்களையே உற்று நோக்கினான்... ஆனால் அவனுக்குப் பழைய புண்ணைக் கீறி விட்டது போல் இருந்ததே தவிர, அவர்கள் இருவரின் உருவம் சரியாகத் தெரியவில்லை...

அவர்களா இருக்குமா? சரியா தெரியலையே எங்க தான் இருக்கீங்க, எனக்குத் தான் நீங்க இருக்கிற இடம் தெரியாது... உங்களுக்கு என்னை நல்லாத் தெரியுமே என்னைப் பார்க்க ஒரு முறை வரமாட்டீங்களா?

எதைப் பார்த்தாலும் யாரைப் பார்த்தாலும் உங்களை மாதிரியே தெரியுதே...

எங்க கஷ்டப்படறீங்களோ தெரியலையே, ஏண்டி என்னை விட உனக்கு அவங்க முக்கியமா? நான் தாண்டி உனக்கு எல்லாமே எப்படி விட்டுட்டு போன.

நான் வேண்டாமாடி உனக்கு...

எங்கிட்டயே வந்துருடி முடியலைடி, நீ இல்லாத என் உடலும் மனசும் ரொம்ப ஏங்கிப் போய் இருக்குடி, என் லட்சியத்தை நான் அடைஞ்சுட்டேன்...

ஆனால் நிம்மதின்னு ஒன்னு இல்லவே இல்லைடி. என்னைச் சுத்தி ஆயிரம் பேர் இருந்தாலும் என் மனசு உன் ஒருத்திக்காகத் தான் ஏங்குது...

வேற ஒருத்தி கிட்ட வந்தாளே என் உடம்பு தகதகன்னு நெருப்பை வாரிக் கொட்டின மாதிரி எரியுதுடி... என்னைப் பற்றி எரிகிற இந்த நெருப்பை அணைக்க நீ எப்ப வருவ...

உன் லட்சியம் முடுஞ்சா அடுத்த நிமிஷம் என்னைத் தேடி வந்துருவ எனக்கு அது தெரியும்டி...

அதுக்கு மேல நீ ஒரு நிமிஷம் அங்க இருக்க மாட்ட. அது எப்ப முடியும்? நீ எப்ப வருவ? அந்த நாள் நம்ம இருவரையும் அலங்கரிக்க எப்ப வரும்... என்று தனக்குள் ஒரு உணர்ச்சிப் போராட்டமே நடத்திக் கொண்டிருந்தான் கதிர் வேந்தன்...

அவனுடைய நினைவுகள் அவளை முதல் முதலில் பார்த்ததைத் தேடிப் பின்னோக்கி ஓடிச் சென்றது...

அப்போது கதிர் வேந்தன் கல்லூரியில் படித்துக் கொண்டிருந்தான்... கல்லூரியில் இவன் தான் எல்லாருக்கும் தலைவன் என்ற நிலையில், எல்லாரும் எந்த பிரச்சனையாக இருந்தாலும் இவனிடம் தான் கொண்டு செல்வார்கள்...

அதே மாதிரி இவனும் அதைத் தீர்த்து வைப்பதில் கில்லாடி... இவனுக்கு அரசியலில் அவ்வளவு ஆர்வமும், நாட்டின் முதலமைச்சர் ஆக வேண்டும் என்ற லட்சியமும் இருந்தது...

அதனால் அப்போதே தன்னைப் பொது வாழ்க்கையில் புகுத்திக் கொள்ள ஆரம்பித்திருந்தான்...

அன்று அதிகாலை அவனுடைய தாய் கலைச்செல்விக்கு போன் வந்தது. அவளுடைய அண்ணன் இறந்து விட்டதாக,

கதறி அழுதவள் கணவனிடம் சொல்லி, அபியையும் விஷ்ணுவையும் எழுப்பிக் கொண்டு கதிர் வேந்தனையும் அழைத்தால்...

கதிர் வேந்தன் இந்த மாதிரி உறவினர் வீட்டுக்கெல்லாம் எப்போதும் வரமாட்டான்...

கலைச்செல்வி தான் விஷ்ணுவையும் அபியையும் அழைத்துக் கொண்டு செல்வாள்... இன்றும் வரமாட்டேன் என்று சொன்னவனை, தாயின் கதறல் மனசை மாற்றி அழைத்துச் சென்றது...

அங்கே சென்றதும் அண்ணன் வீடு முழுவதும் உறவு கூட்டத்தில் நிரம்பி வழிய, அதை விட உறவுகளின் அழுகைச் சத்தம் அவள் காரை விட்டு இறங்-

கியதும் எதிரொலித்தது... அவளும் தாங்க முடியாத துக்கத்துடன் அங்கிருந்தே கதறிக் கொண்டே வீட்டுக்குள் ஓடினாள்...

குளிர்பதனப் பெட்டியில் அவளுடைய அண்ணனின் இறந்த உடலைக் கிடத்தி இருக்க, அந்தப் பெட்டி மேல் விழுந்து கதறி அழுதாள்...

தாய் வேகமாக ஓடுவதைப் பார்த்து பின்னாடியே சென்ற கதிர் வேந்தன் தாயையும், பக்கத்தில் நடுங்கிக் கொண்டே அழுது கலைத்துத் துவண்டு கிடக்கும், அழகுப் பதுமையாக இருந்த தன் மாமன் பெண்ணையும் பார்த்துக் கொண்டிருந்தான்...

அண்ணனை அணைத்து அழுது முடித்திருந்த தாய், திடீரென்று அண்ணன் மகள் தலையில் அடித்து, "நீ இப்படியாடி வரம் வாங்கி வந்து பிறப்ப, அம்மாவும் போய் அப்பாவும் போய் என் மருமகள் இப்படி கிடக்கிறாளே, என்னால தாங்க முடியலையே" என்று கதறினாள்...

அத்தை அழுததில் அவளும், "அத்தை" என்று அவளைக் கட்டிக் கொண்டு கதறி அழுதாள்... அவள் அப்படி அழுவதைப் பார்த்த விஷ்ணுவும் அபியும் மாமன் மகள் அருகே சென்று அமர்ந்து, கையைப் பிடித்துக் கொண்டார்கள்...

அவர்கள் இருவருக்கும் இங்கே வந்து ஜானகியோடு விளையாடிப் பழகியவர்கள், அதனால் அவளுடைய அழுகை அவர்களையும் பாதிக்க ஆறுதலாகப் பக்கத்தில் இருந்தார்கள்...

வேகமாக வந்த கஜேந்திரன் மனைவியிடம், "நீ ஆறுதல் சொல்ல வந்தயா? இல்லை அந்தப் பொண்ணை இன்னும் பயமுறுத்த வந்தையா?

உங்க அண்ணன் போனால் என்ன? அவளுக்கு நாம இருக்கோம் பார்த்துபோம்ன்னு சொல்லு, அதை விட்டுட்டு" என்று திட்டினார்...

அதுவரை தன் அம்மா தன் மாமன் மகளின் தலையில் அடித்து அழுததால், மனதில் திட்டிக் கொண்டிருந்த கதிருக்கு, இப்போது அப்பாவின் செய்கை சந்தோஷத்தைக் கொடுத்தது...

ஏன் என்றே தெரியாமல் அவன் மனசு, அவளிடம் தன் தம்பி தங்கைகளைப் போல் ஆறுதலாக இருக்கத் துடித்தது...

ஆனால் விடுமுறைக்குத் தன் வீட்டுக்கு வருபவளையே திரும்பியும் பார்க்காமல் போவான்... எப்போதும் விஷ்ணு, அபி, ஜானகி, மூன்று பேரும் சேர்ந்து தான் விளையாடுவார்கள்...

கதிர் வெளியிலேயே அதிகம் சுற்றுவதால் வீட்டுக்கு வந்தாலும், சின்னப் பெண்ணிடம் என்ன பேசுவது என்று மாமன் மகளிடம் அவ்வளவாகப் பேசியதுமில்லை...

இப்போ பருவமங்கையாக அவளுக்காக இருந்த ஒரே உறவையும் இழந்து விட்டு, அவள் கதறி அழுவதையும், ஆறுதலாக இருக்க வேண்டிய அம்மாவும்

அவள் தலையில் அடித்து அழுததையும், பார்த்து அவனுக்கே புரியாத உணர்வு அவளுக்கு ஆறுதலாக இருக்க விரும்பியது...

எல்லாக் காரியத்தையும் கஜேந்திரனே முன்னின்று நடத்தி முடித்தான்... ஜானகியும் அத்தையின் ஆறுதலிலும் அபி விஷ்ணுவின் அன்பிலும் கொஞ்சம் தைரியமாகவே இருந்தாள்...

இரண்டு நாள் இருந்து எல்லா காரியத்தையும் முடித்துவிட்டு, ஜானகியையும் அழைத்துக் கொண்டு வீடு வந்து சேர்ந்தார்கள்...

வீட்டிற்கு உள்ளே நுழையும் போதே, "ஜானகி இது உன் வீடு. நீ தான் இந்த வீட்டின் மூத்த மருமகள். கதிர் வயசுப் பெண்ணை நான் சும்மா கூட்டிட்டு வரலை...உனக்கு இவ தான் மனைவின்னு முடிவு பண்ணித் தான் கூட்டிக்கிட்டு வந்தேன்... அது உன் மனசுல எப்பவும் இருக்கட்டும்" என்று சொல்லி மகனுக்குத் தன் முடிவைத் தெரிவித்தவள், ஜானகியையும் அந்த வீட்டில் இயல்பாக உணரவைத்தார்...

ப்ளஸ்டூ முடித்திருந்தவளைக் கல்லூரிக்குப் போகச் சொல்லி கலைச்செல்வியும் கஜேந்திரனும் எவ்வளவோ வற்புறுத்தியும் கேட்காமல், பதினேழு வயதிலேயே குடும்பத்தின் பொறுப்பை எடுத்துக் கொண்டவள், தன் அத்தைக்கு மேலோட்டமாக எதாவது வேலை கொடுப்பாள்...

அவள் வீட்டில் அப்பா மட்டும் தான் என்பதால், சமையலிலிருந்து எல்லாம் அவளே தான் செய்து பழகியிருந்தாள். அவளால் ஒரு குடும்பத்தை அழகாக நடத்த முடிந்தது...

அதைப் பார்த்து கலைச்செல்வி பூரித்துப் போனாள். அண்ணன் மகளின் சாமர்த்தியம் அவள் மனதைக் குளிர் வித்தது...

காலையில் எல்லாருக்கும் காபி கொடுப்பதில் ஆரம்பித்து, எல்லாம் அவளே தான் செய்வாள்... அப்படித் தான் கதிர் அறைக்கும் முதல் முதலில் காபி எடுத்துப் போனாள்...

அதுவரை அவனிடம் சரியாகக் கூடப் பேசிப் பழகாதவளுக்கு, அத்தை சொல்லியிருந்த நீ தான் இந்த வீட்டின் மூத்த மருமகள் என்ற வார்த்தை, அவளுக்குள் அதிகத் தாக்கத்தை ஏற்படுத்தியிருந்தது...

அதிலிருந்து அவளுக்குக் கதிரைப் பார்க்கும் போது ஒருவித நடுக்கமும் வெட்கமும் வந்து அவளை இயல்பாக இருக்க விடுவதில்லை...

கதிருக்குக் குடிக்க கொடுத்துட்டியா? என்று அத்தை கேட்டதும், இல்லை கொடுக்கறேன் அத்தை என்று அவன் அறைக்குக் காபி எடுத்துப் போனவளுக்கு, உள்ளே செல்லும் போதே வேர்த்துப் போனது... கைகாலெல்லாம் சில்லிட்டுப் போனது போல் ஆனது...

கொஞ்சம் தைரியத்தை வரவழைத்துக் கொண்டவள், "மாமா மாமா" என்று அவனை அழைத்தால்...

மெல்லக் கண் விழித்தவன் அவளின் மாமா என்ற அழைப்பும், இதுவரை அண்ணா என்பதைத் தவிர இந்த மாதிரி யாரும் உறவுமுறை வைத்து அழைத்-ததில்லை என்பதாலும், அவளின் அழைப்பு அவன் மனசில் பசக்கென்று பசை போட்ட மாதிரி ஒட்டிக் கொண்டது...

என்ன என்பது போல் விழியுயர்த்தி அவளைப் பார்க்க, வெக்கப் பட்டுக் கொண்டே, "இந்தாங்க காபி" என்று நீட்டினாள்...

"காபியா நான் காபி குடிக்க மாட்டேன் உனக்குத் தெரியாதா?" என்றான் கதிர்...

அவள் விழிக்க, "சரி முதல் முதல்ல ஆசையா கொண்டு வந்திருக்க குடு குடிக்கறேன்" என்று வாங்கி அவளையும் காபியையும் ஒன்றாகவே பருகினான் அந்த விடலை வயதுப் பையன்...

அம்மா சொன்ன மனைவி என்ற வார்த்தையும் அவனுக்குக் கிளர்ச்சி ஏற்-படுத்தி இருக்க, அவன் பார்வை இவள் என்னுடைய சொத்து என்று அவளை உரிமையுடன் நோக்க ஆரம்பித்திருந்தது...

காபி குடுச்சுட்டு காபி டம்ளரைக் கொடுத்தவன், "நீ காபி குடுச்சியா? ஜானுமா" என்று முதல் முதலில் அவன் கேட்ட அந்த வார்த்தை, அவளுக்கு அவனே யாதுமாகிப் போனான்...

அவளையே பார்த்துக் கொண்டிருந்தவனுக்கு அவள் உதடு துடிப்பதும், அவளுடைய கண்கள் ஒரு இடத்தைப் பார்க்காமல் அங்கே இங்கே என்று அலைபாய்வதையும், அவள் முகம் சிவந்து போய் கிள்ளினாலே ரத்தம் வந்து விடுமோ என்பது போல் இருப்பதையும் பார்த்து, கதிரின் இதயம் நழுவி அவளிடம் ஓடிச்சென்றது. அதைத் தடுக்க முடியாமல் பார்த்துக் கொண்டிருந்தான்...

அந்த அறையை விட்டு வெளியில் வந்தவளுக்கு மூச்சு முட்டியது... ஜானுமா என்று அவன் அழைத்த ஒற்றை வார்த்தை, அவள் கதிரின் மேல் பைத்தியமாகப் போதுமானதாக இருந்தது...

மனசெல்லாம் பட்டாம்பூச்சி பறக்க, உடலெல்லாம் பரவசநிலையில் தவிக்க, அன்று முழுவதுமே ஒரு மார்க்கமாகத் தான் சுத்திக் கொண்டிருந்தாள்...

அதிலிருந்து அவனுக்குக் குளிக்க வெந்நீர் வைப்பதிலிருந்து, அவனுடைய உடையை அயன் பண்ணி வைத்து, அன்றன்று போட எடுத்து வைப்பது வரை எல்லாம் செய்வாள்...

அவள் அவனுக்காகச் செய்வதில் சுகம் கண்டவன், அவனே பேஸ்ட் பிரஷ் கூட எடுத்து பல் விளக்க மாட்டான். எல்லாம் அவள் தான் செய்தாக வேண்டும். அவளை நம்பியே முழுசாக இருந்து அவளிடம் தன்னைத் தொலைத்தான்...

அவளுக்கும் கதிருக்காகச் செய்வதில் அலாதி விருப்பம். இருவரின் இந்த அந்நியோனியத்தில், கல்யாணமும் கூடலும் இல்லாத இனிமையான இல்லறம் இருவருக்குள்ளும் நடந்து கொண்டிருந்தது...

அதே மாதிரி அவனுடைய தம்பி, தங்கை, அம்மா, அப்பா என்று மொத்தக் குடும்பமும் அவளை நம்பியே இருந்தது... அவளே முழுப் பொறுப்பும் எடுக்க, கஜேந்திரன் அவளின் பொறுப்பைப் பார்த்து வரவு செலவு கணக்கையும் அவளி-டமே கொடுத்தார்...

இப்படித் தான் மொத்தக் குடும்பத்தையும் அவளே ஆட்சி செய்தாள்... அது-வும் கதிர் என்ன சொன்னாலும் செய்வாள்...

4

அத்தியாயம் 4

தன் நினைவில் மூழ்கி இருந்தவனை, "சார்" என்ற அழைப்பு நினைவுலகத்துக்கு கொண்டு வர, திரும்பிப் பார்த்தான் கதிர். சரவணன் நின்றிருந்தான்...

"என்ன சரவணன்" என்றான்...

"சார் உள்ளே வாங்கப் பனி அதிகமா இருக்கு" என்றான் தயக்கத்துடன்.

இந்தப் பனி கூட என்னைக் குளிர்விக்கலையே என்று நினைத்துக் கொண்டு மெல்லச் சிரித்தான்...

ஜானுமா நீ எங்க இருக்க வாடி... என்னை உனக்கு அடிமையாக்கிட்டுப் போய்ட்டே, நீ இல்லாம என்னால சமாளிக்க முடியலைடி, காலைல பிரஷ் எடுப்பதிலிருந்து சர்ட் போடும் வரை எல்லாத்துலயும் நீ தாண்டி தெரியற...

எனக்குப் பிடிச்சதை வகைவகையா செஞ்சு போட்டு நாக்கை வளர்த்து விட்டுட்ட, அது இப்ப நீ இல்லாம உன் கைப்பக்குவத்துக்கு ஏங்கி கிடக்குதுடி...

மறுபடியும் என்கிட்ட வந்துரு ஜானுமா, உன்னைப் பொக்கிஷம் மாதிரி பாத்துக்கறேன் என்று கதறியது அவன் மனம்...

உள்ளே வந்த குமரன், "வா கதிர் சாப்பிடலாம் நான் வரக் கொஞ்சம் லேட்டாகிருச்சு நீ சாப்பிட வேண்டியது தானே, ஏன் கொண்டு வந்து கொடுத்த உணவை வேண்டாம்ன்னு சொன்ன" என்றான்...

"நீயும் வரட்டும்ன்னு வெய்ட் பண்ணினேன் மணி பத்தரை தானே ஆகுது" என்றான் கதிர்.

"சரி வா சாப்பிடப் போகலாம்" என்றான் குமரன்...

"இங்கயே கொண்டு வரச் சொல்லுடா எனக்கு யாரையும் பார்க்கப் பிடிக்கலை, மனசும் சரியில்லைடா" என்றான் கதிர்...

அவன் குரல் இடறல் அழுதிருப்பானோ என்று தோன்ற வைத்தது.. குமரன் தன் அம்மாவுக்கு போன் பண்ணி சாப்பாட்டை ரூமுக்கு அனுப்பச் சொன்னான்...

"சரவணா நீ போய் சாப்பிட்டுட்டு வா அதுவரை நான் இருக்கேன்" என்றான் குமரன்.

அவன் சென்றதும் வந்த உணவை அவனே எடுத்து கதிருக்குப் போட்டுக் கொடுத்தான்...

ஒரு வாய் சாப்பிட்டவன் நெஞ்சமெல்லாம் மத்தாப்பூவாகச் சிணுங்க, இந்தக் கைப்பக்குவத்திற்கு அடிமையாகி இருந்த நாக்கு துளிர்த்துக் கொண்டு நின்றது...

அந்த உணவின் சுவை பல்வேறு நினைவுகளைக் கிளறிவிட, "இதை யாருடா சமைச்சா?" என்றான் பரபரப்பாக...

"ஏன் கேக்கற சமையல்காரி தான்" என்றான் குமரன்...

"சமையல்காரியா?" என்று சோர்வுடன் கேட்டவன், "நான் ஏற்கனவே சாப்பிட்ட கைப்பக்குவமா தெருஞ்சுது அதான் கேட்டேன்" என்றான் கதிர்...

"அப்படியா?" என்று கேட்டுக் கொண்டே சாப்பிட்டான் குமரன்... இருவரும் சாப்பிட்டு முடித்ததும் அப்படியே கட்டிலில் மோட்டு வளையைப் பார்த்தபடி படுத்துக் கொண்டான் கதிர்...

"கதிர் நீ ஏன் இப்படி இருக்க, எப்பப் பாரு எதையோ பறி கொடுத்த மாதிரி பார்க்க சகிக்கலை" என்றான் வருத்தத்துடன்...

ஆமாம்டா என் உயிரையே பறிகொடுத்துவிட்டுத் தான் தவிச்சுகிட்டு இருக்கேன்... இரவெல்லாம் என்னைக் கொல்லுது என்று மனதில் நினைத்துக் கொண்டான்...

"அப்படி எல்லாம் இல்லைடா நீயா கற்பனை பண்ணாத. காலைல நிச்சயதார்த்தம். மாப்பிள்ளை சந்தோஷமா இருக்க வேண்டாமா?

நாளையிலிருந்து நீ அவகிட்டப் பேசலாம் அதுக்குத் தடையேதுமில்லை" என்றான்...

"ஆமாம்" என்று சிரித்தவன் சரவணன் வரவும், "கதிர் நீ காலைல சீக்கிரம் ரெடியாயிரு என்னோட மாப்பிள்ளை தோழனா நீ தான் வரனும் சரியா?" என்றான்...

"அதுக்குத் தான கூட்டி வந்து உட்கார வெச்சிருக்க வரேன் போ" என்றான் கதிர்...

சிரித்துக் கொண்டே வெளியே சென்றான் குமரன்... கதிர் தன் நினைவுகளில் மூழ்கிப் போனான்...

இரவு சாப்பிட்டு முடித்துவிட்டு எப்போதும் போல் பேசிக் கொண்டிருந்தவர்கள், "அண்ணி நாளைக்கு காலைல நீ நேரத்தில் போகனுமா? நிச்சயதார்த்தம் மண்டபத்தில் தானே நான் துணைக்கு வந்து விட்டுட்டு வரட்டுமா?" என்றான் விஷ்ணு...

"தயங்கிய படி நிச்சயத்துக்கு எல்லாம் என்னையும் பிரேமா அக்காவையும் கூப்பிடலை விஷ்ணு, அதனால எப்பவும் போல வீட்டுக்குப் போனால் போதும்"

என்றாள் ஜானகி...

"என்னது உன்னை நிச்சயத்துக்குக் கூப்பிடலையா?, என்ன மனுஷங்க வீட்டு வேலை செய்தா அவங்க வீட்டு நிச்சயத்துக்குக் கூடக் கூப்பிட மாட்டாங்களா?... இவங்களுக்கு எல்லாம் பணம் இருந்தால் போதும். அப்படி இருப்பவர்களைத் தான் கூப்பிட்டுப் பெருமை பட்டுக்குவாங்க" என்றாள் கோபத்துடன் அபி...

"விடு அபி அவங்க கூப்பிடாதது நல்லதுன்னு நினைக்கிறேன், கல்யாணம் காட்சி எல்லாம் பாக்கற சத்தி என் உடம்புக்கோ மனசுக்கோ இல்லை" என்றாள் வேதனையுடன்...

"அண்ணி நாங்க ரெண்டு பேரும் உனக்கு பாரமா இருக்கோமா?" என்றாள் வருத்தத்துடன் அபி...

"சே சே என்னடி பேசற வாயை கிழித்து விட்டுருவேன், படுத்துத் தூங்கு பாரமாம்... இந்த மாதிரி தேவையில்லாத கற்பனை பண்ணாதே எப்பவுமே நீங்க ரெண்டு பேரும் எனக்கு பாரமில்லை" என்றவள்...

"விஷ்ணு நீ வேலைக்குப் போனதும் உன் சம்பளம் வந்தால் அதை அப்படியே சேர்த்து வெச்சு, இன்னும் ஒரு வருஷத்துல அபி கல்யாணத்தை நடத்தனும்" என்றாள்...

"நான் வாங்கற சம்பளத்தை அப்படியே உன்கிட்ட கொடுத்துருவேன். நீ பார்த்து எது பண்ணினாலும் சரி அண்ணி" என்றான் விஷ்ணு...

"எனக்கு இப்பக் கல்யாணம் அவசியமா நீ இருக்கியே உனக்கு" என்றாள் அபி...

"நீங்க ரெண்டு பேரும் உங்க வாழ்க்கையப் பாருங்க... என் வாழ்க்கைக்கு என்ன குறைச்சல், அது நான் எப்ப போனாலும் அப்படியே எனக்காக காத்துகிட்டு இருக்கும்" என்றாள் ஜானகி...

"அண்ணி எங்களுக்காகத் தான் அண்ணாவைப் பிரிந்து இருக்க, இல்லைனா உன் வாழ்க்கை எவ்வளவு சந்தோஷமா இருக்கும்ல" என்றான் விஷ்ணு...

"இப்பவும் சந்தோஷமா தான் இருக்கேன்... உங்க அண்ணா கூட இருந்தாலும் இல்லாவிட்டாலும் அவரின் நினைவில் என்னால வாழ முடியும்... அதே தான் அவருக்கும் நான் இல்லாட்டியும் என் நினைவுல தான் வாழ்வார்...

என் கடமைய நான் முடுச்சுட்டு போகும் வரை காத்துட்டு இருப்பார்... நீங்க இப்ப படிக்கிற வேலைய மட்டும் பாருங்க, தேவையில்லாத எதையும் நினைச்சு உங்க படிப்பைக் கெடுத்துக்காதீங்க" என்றவள் கண்ணை மூடிக் கொண்டாள்...

அவள் கண் முன் ஆசை நிறைந்த விழிகளுடன் கதிரின் உருவம் வந்து இம்சித்தது...

மாமா இன்னும் ஒரு வருஷம் தான் இருக்கு. அதுவரை பொருத்துக்குங்க நான் அபிக்குக் கல்யாணம் பண்ணி வெச்சுட்டு, விஷ்ணுவுக்கு எதாவது ஏற்பாடு

பண்ணிட்டு உங்க கூட வந்தர்ரேன்...

அத்தை சொன்ன மாதிரி உங்க பாவப்பட்ட கரை படுஞ்ச பணம் அவங்க புள்ளைங்களுக்கு வேண்டாம்...

ஆனால் எனக்கு அப்படி இல்லை, நீங்க எந்த பாவம் செய்திருந்தாலும் அதி-லயும் எனக்குப் பங்கு வேணும்... எதையும் உங்களை மட்டும் தனியா அனுபவிக்க விடமாட்டேன், என்று மனதில் நினைத்துக் கொண்டாள்...

அன்று இரவு அவளுக்குக் கதிரின் தாக்கம் அதிகமா இருந்தது... தூக்கமே வரவில்லை எப்பவும் போல நேரத்தில் எழுந்து சமைத்தவளுக்கு, என் சாப்பாட்டை எப்படி ருசித்துச் சாப்பிடுவீங்க, இப்ப வகை வகையா ஆக்கிப் போட உங்களைச் சுற்றி நிறைய ஆட்கள் இருந்தாலும், நீங்க என் கையாள செய்யற சமையலுக்காக ஏங்குவீங்க இல்லையா? மாமா...

நான் இன்ன வரை உங்களுக்கு பிடுச்ச எதையுமே இங்கே சமைக்கவில்லை, சமைக்கவும் மாட்டேன் சாப்பிடவும் மாட்டேன்... உங்க கூடச் சேர்ந்து வாழற நாள்ள தான் நான் அதைச் சமைக்கப் போறேன்... நாம ரெண்டு பேரும் சேர்ந்து சாப்பிடுவோம், என்று நினைத்துக் கண்கலங்கினாள்...

விஷ்ணு அண்ணின்னு கூப்பிடும் சத்தம் கேட்டு கண்ணைத் துடைத்துக் கொண்டு வெளியில் சென்றாள்...

அவளைப் பார்த்ததும், "அண்ணி நான் கடைக்குப் போயிட்டு வரேன் என்ன காய் வேணும்னு சொல்லுங்க" என்று கேட்டான்...

"இன்னைக்கு சமைச்சாச்சு நாளைக்குத் தான் வேணும் எந்தக் காய் நல்லா-ருக்கோ அதைப் பார்த்து வாங்கிட்டு வா...

நான் கிளம்பறேன் நீ சீக்கிரமா வந்துரு காலேஜ்க்கு லேட்டாகிறப் போகுது" என்று சொல்லி அனுப்பி விட்டு உள்ளே சென்றாள்...

அதுக்குப் பிறகு அவளுக்கு நிற்க நேரமில்லாமல் தன் ஓட்டத்தைத் தொடர்ந்-தாள் ஜானகி...

5

அத்தியாயம் 5

அடுத்த நாள் நிச்சயம் முடிந்தும் முடியாமலும் கதிர் கிளம்ப வேண்டி இருந்தது...

அடுத்த முதலமைச்சராக அவர்களுடைய கட்சி அவனைத்தான் தேர்ந்தெடுத்திருந்தது... இந்த விஷயத்தைக் கட்சி மேலிடத்திலிருந்து அவனுக்குப் போன் பண்ணிச் சொல்லவும், கதிர் குமரனிடம் சொல்லி விட்டுக் கிளம்பினான்...

குமரன் ரொம்ப சந்தோசப்பட்டவன், "வாழ்த்துக்கள் எனக்கு எவ்வளவு சந்தோஷமா இருக்கு தெரியுமா? என் நண்பன் நம் நாட்டின் முதலமைச்சர்" என்று சொல்லிப் பெருமைப்பட்டுக் கொண்டான்...

ஆனால் இந்த மாதிரி எந்த சந்தோஷமும் இல்லாமல் அமைதியாக இருந்த கதிரைப் பார்த்து, குமரனுக்குக் குழப்பம் வர, "கதிர் உனக்கு இதில் சந்தோஷமில்லையா ஏன் இப்படி இருக்க" என்றான்...

"ஏன்? எப்படி இருக்கேன்? நல்லாத் தானே இருக்கேன்... இந்தப் பதவி தான் ஒரு காலத்தில் என்னுடைய லட்சியமாக இருந்தது... ஆனால் அதை அடையும் இந்த நேரத்தில் எனக்கு அது பெரிசா எந்த சந்தோஷத்தையும் கொடுக்கலை வெறுப்பைத் தான் தருது...

இந்தப் பதவிக்காக நான் இழந்தது அதிகம்... அது உனக்குப் புரியாது குமரன் எந்த நேரமும் வலியோடு சுற்றும் எனக்குத் தான் தெரியும்" என்று வேதனையுடன் சொன்னவன், நீ இந்த பங்சன் முடுச்சுட்டு வா நான் கிளம்ப வேண்டும்" என்றான் கதிர்...

வெங்கடாசலமும் லோகநாயகியும், "தம்பி ரொம்ப சந்தோஷம் உங்களுக்கு இந்தப் பதவி கிடைத்ததுக்கு, இதே மாதிரி கல்யாணத்துக்கும் வந்து இரண்டு நாள் தங்கிட்டுத் தான் போகனும்... இப்படி அவசரமா போகக் கூடாது" என்று சொன்னார்கள்...

"கண்டிப்பா வரேன் எனக்கு இருக்கும் ஒரே பிரண்ட் இவன் தான்" என்று சொல்லி விட்டு வெளியில் வரும் போது, அவன் எதிரில் வந்து நின்றாள் சங்கவி...

"அதுக்குள்ள கிளம்பிட்டீங்களா?" என்று அவள் கேட்கும் போதே கண்களில் நீர்க் கட்டிக் கொண்டது... அவளைப் பார்க்கப் பாவமாக இருந்தது கதிருக்கு...

இருந்தாலும் அவளைக் கண்டு கொள்ளாமல் அவன் வேகமாக வெளியேறி, அவனுக்காக கார் கதவைத் திறந்து வைத்துக் கொண்டு காத்திருந்த காரில் ஏறக் கொண்டான்...

முன்னையும் பின்னையும் பாதுகாப்பு வாகனங்கள் செல்லக் கதிர் தன் வாகனத்தில் சென்றான்...

லோகநாயகி நிச்சயம் முடிந்து கொண்டு வந்திருந்த பொருள்கள் துணி என்று ஏகப்பட்டது குமித்து வைத்திருக்க, சமையல் வேலை செய்து கொண்டிருந்த ஜானகியிடம் சென்ற பிரேமா, "இன்னும் நிறையத் துணி கிடக்கு துவைக்கனும் ஜானகி" என்றாள்...

"சமைத்து முடுச்சுட்டு துவைக்கலாம் அக்கா... அதிகமா இருந்தால் இன்றைக்குப் பாதி நாளைக்குப் பாதித் துவைக்கலாம்" என்றாள் ஜானகி...

பித்தலைப் பாத்திரத்தை எடுத்து வந்து போட்ட லோகநாயகி, "இதை நல்லா புளி போட்டு விளக்கி வெயிலில் காய வை... குத்து விளக்கெல்லாம் பளபளன்னு இருக்கனும்" என்று சொல்லி விட்டுச் சென்றாள்...

ஜானகியும் பிரேமாவும் சமையல் வேலையை முடித்து விட்டு அந்த வேலையைப் பார்த்தனர்...

அதுக்கே நேரம் சரியாக இருக்கக் கொஞ்சம் துணியை மட்டும் துவைத்துக் காயவைத்தவர்கள், மாலை காபி டீ போடச் சென்றார்கள்...

பின் இரவு சமையல் முடியும் வரை அவர்களுக்கு ஓய்வில்லாமல் வேலை கொடுத்துக் கொண்டிருந்தார்கள்...

எப்பவும் போல வீட்டுக்குக் கிளம்ப ஜானகிக்கு அன்று நடப்பதே சிரமமாக இருப்பது போல் கால் வலி பின்னி எடுத்தது ...

இவளைப் பார்த்ததும் அவளின் அலைச்சலைப் புரிந்து கொண்ட விஷ்ணு, "இப்படிக் கொஞ்ச நேரம் உட்கார் அண்ணி அப்பறமா போகலாம்" என்றான்...

"இல்லைடா இப்பவே நேரமாச்சு வீட்டுக்குப் போய் வெந்நீர் வெச்சு காலுக்கு ஒத்தடம் கொடுக்கனும் வலி பின்னி எடுக்குதுடா" என்றாள்...

"சரி வா" என்று அவள் கையைப் பிடித்துக் கொண்டு தன் தோலோடு சாய்த்துக் கொண்டே மெதுவாக நடந்தான்...

வீடு வந்ததும் அபி வெந்நீர் போட்டு வைத்திருந்தாள், போய் அலுப்புத் தீரக் குளித்தவள் அப்படியே வந்து படுத்தாள்..

"அண்ணி எழுந்திரு சாப்பிட்டுப் படு எப்பச் சாப்டியோ இல்லையோ, அந்த அம்மா மனசாட்சி இல்லாமல் உன்னை வேலை வாங்கி இருக்கும்" என்று திட்டிக் கொண்டே சாப்பாட்டை எடுத்துப் போட்டுக் கொடுத்தாள்...

சாப்பிட்டு முடித்ததும் ஜானகி படுத்துக் கொள்ள, விஷ்ணு கொண்டு வந்து கொடுத்த ஆயின்மெண்டை வாங்கி அபி ஜானகி காலுக்குப் போட்டு விட்டாள்...

"ஏய் இதெல்லாம் நீ செய்ய வேண்டாம் போய் படுடி" என்றாள் ஜானகி...

"நீ பேசாமல் படு அண்ணி இந்த மருந்தைப் போட்டு விட்டு நான் படுத்துக்கறேன்" என்று அவளை மேற்கொண்டு பேச விடாமல் மருந்தைப் போட்டு அழுத்திக் கொடுக்கவும் அந்த சுகத்திலேயே உறங்கி விட்டாள்...

அவளையே பார்த்தபடி கண்ணீருடன் கொஞ்ச நேரம் அமர்ந்திருந்தாள் அபி... இவள் என்னை விட நாலைந்து வருஷம் பெரியவளா இருப்பாள்... எங்களுக்காக எவ்வளவு கஷ்டப்படறா இந்த வயசுப் பெண்களுக்கு இருக்கிற எந்த சந்தோஷத்தையும் இவ முகத்தில் இதுவரை பார்த்ததில்லை...

அதை எல்லாம் மறைத்துக் கொண்டு இவளால் எப்படி இவ்வளவு இறுக்கமா வாழ முடியுது... அதுவும் அண்ணனை மனசில் நினைத்துக்கொண்டு அந்த சுவடே இல்லாத மாதிரி வாழறாளே...

இவளுக்கு எல்லாப் பெண்களைப் போலச் சந்தோஷமான வாழ்க்கையைச் சீக்கிரமா கொடு கடவுளே, என்று இறைவனிடம் வேண்டிக் கொண்டவள் பின் படுத்து உறங்க முயற்சித்தாள்...

நாட்கள் அதன் போக்கில் இப்படியே செல்ல, கல்யாண நாள் நெருங்கியதால் ஜானகிக்கு வேலையும் அதிகமாகவே இருந்தது...

அதுவுமில்லாமல் உறவினர்கள் வந்து போக இருந்ததால், அவர்களையும் கவனித்துச் சமைத்துப் போட்டு, காபி டீ கொடுக்க என்று வேலைகள் அதிகமானதே தவிரக் குறையவில்லை...

கல்யாணத்திற்கு முதல் நாள் எல்லாரும் மண்டபத்திற்குச் சென்றிருக்க, பிரேமாவும் ஜானகியும் மட்டுமே வீட்டிலிருந்தார்கள்...

"வீட்டைக் கவனிக்க ஆள் வேண்டும் நீங்க இரண்டு பேரும் இங்கேயே இருங்க உங்களுக்குத் தேவையானதைச் சமைத்து சாப்பிட்டுக்குங்க" என்று சொல்லி விட்டுச் சென்று விட்டார்கள்...

அவர்களோடு வாட்ச்மேனும் இருந்தான் காவலுக்கு...

அன்று தான் அவர்களுக்கு எந்த வேலையும் இல்லை சாவகாசமாகச் சமைத்துச் சாப்பிட்டுப் பேசிக் கொண்டு அமர்ந்திருந்தார்கள்...

இரவு வரை இருந்து விட்டு ஜானகி வீட்டிற்குச் சென்று விட பிரேமா மட்டும் அங்கயே தங்கிக் கொண்டாள்...

அடுத்த நாள் பிரேமா அக்கா ஒருத்தியும் இருப்பார்கள் என்று கொஞ்சம் நேரத்திலேயே வந்து விட்டாள் ஜானகி...

காலை பத்து மணிக்கு மேல் பொண்ணு மாப்பிள்ளை வீட்டிற்கு வருவார்கள் என்று வீட்டைக் கூட்டித் துடைத்து விட்டார்கள்...

மண்டபத்தில் குறித்த நேரத்தில் வந்து குமரனுக்கு மாப்பிள்ளை தோழனாக இருந்தான் கதிர்...

அதில் அவன் குடும்பத்துக்கு அவ்வளவு பெருமையும் மகிழ்ச்சியும், சொந்த பந்தமெல்லாம் வியப்புடன் பார்த்துக் கேட்க, "நம்ம சங்கவிக்கும் அவருக்கும் பேசி-யிருக்கு அதான் இப்போதே வந்து எல்லாம் செய்கிறார்" என்றாள் லோக நாயகி...

அவளுக்கு தலைகால் புரியவில்லை இதற்கே உறவினர்கள் இவ்வளவு பொறா-மையோடு பாக்கறாங்களே, கதிர் மாப்பிள்ளையாக வந்தால் உறவினர்கள் மத்தியில் எவ்வளவு பேரும் புகழும் கிடைக்கும்... சீக்கிரமா கல்யாணத்தை நடத்திர வேண்-டும் என்று மனதில் கோட்டை கட்டிக் கொண்டாள்...

மண்டபத்தில் எல்லா நிகழ்ச்சிகளும் முடிந்து விடப் பெண்ணும் மாப்பிள்ளையும் வீட்டிற்கு அனுப்பி வைத்தார்கள்...

மாப்பிள்ளை உடன் கதிரும் வீட்டிற்குச் சென்றான்... அவன் கூடவே அவனு-டைய பாதுகாப்புப் படைகளும் பின் தொடர்ந்தது... வீட்டில் செய்ய வேண்டிய சீர் எல்லாம் செய்து முடித்ததும், "நான் கிளம்பறேன்" என்று கதிர் விடைபெற...

"இரவு வரை இரு கதிர் அப்பறம் போகலாம் அப்பாவும் உன் கூட பேசனும்னு சொன்னார்" என்றான் குமரன்...

"என்கிட்ட என்னடா பேசனும் என்றான் கதிர்...

"தெரியலை நீ இரு கதிர்" என்று அவனிடம் பேசி இருக்க வைத்தான்...

மாலை மங்கி இரவு நேரம் நெருங்கிக் கொண்டிருக்க, ஓரளவு சமையல் வேலை முடித்திருந்தார்கள்... "ஜானகி மீதியை நீ பார்த்துக்கறையா? நான் நேத்தும் வீட்டுக்குப் போகலை புள்ளைங்க என்ன பண்ணிட்டு இருக்கோ தெரியலை நான் கிளம்பட்டுமா?" என்றாள் பிரேமா...

"நீங்கப் போங்க அக்கா அதான் முக்கால் வாசி வேலை முடிந்து விட்டதே, மீதியை முடுச்சுட்டு நானும் கிளம்பறேன்" என்று சொல்லி அனுப்பி வைத்தாள் ஜானகி.

பிரேமா சென்று விட ஜானகி வேலை பார்த்துக் கொண்டிருந்தாள்... இரவு விருந்துக்கு எல்லாம் தயாராக எடுத்து வைத்தாள்...

குமரன் மட்டும் வரவேற்பு அறையில் அமர்ந்திருக்க, அவன் அறையை அலங்கரித்துக் கொண்டிருந்தார்கள்...

புதுப்பெண் பக்கத்து அறையிலிருந்தாள்...

குமரனின் அப்பா அங்கே வந்தவர், "கதிர் தம்பியைக் கூப்பிடு பேசிடுவோம்" என்றார்...

"அப்பா கொஞ்சம் பார்த்துப் பேசுங்க" என்று சொல்லி விட்டுக் கதிருக்கு போன் பண்ணினான்... அவனும் வர அங்கயே அமர்ந்து பேசிக் கொண்டிருந்தார்கள்...

"அப்பா ஏதோ பேசனும்னு சொன்னீங்களாமே" என்றான் கதிர்...

"ஆமாம் தம்பி" என்றவர் எப்படி ஆரம்பிப்பது என்று தெரியாமல் தவித்துக் கொண்டிருந்தார்...

சங்கவியும் லோகநாயகியும் ஓரமாக நின்று கவனித்துக் கொண்டிருந்தார்கள்... சங்கவி முகத்தில் என்ன சொல்லப் போறானோ என்ற கவலை அப்பட்டமாகத் தெரிந்தது...

"வெங்கடாசலம் தம்பி காபி சாப்பிடறீங்களா?" என்றார்...

இந்த நேரத்திலா? என்று யோசித்தவன், அவர் தன்னிடம் பேசத் தயங்குகிறார் என்பது புரிய, "சரி சொல்லுங்க அப்பா" என்றான்...

6

அத்தியாயம் 6

குமரன் சமையலறைக்குச் சென்று ஜானகியிடம் சொல்லிவிட்டு வந்து நண்பன் அருகில் அமர்ந்து கொண்டான்... காபியைப் போட்டு முடித்து விட்டு, பிரேமா அக்கா வேற இல்லை நானே கொண்டு போக வேண்டுமா? என்று சங்கடப் பட்-டவள், வேறு வழி இல்லாமல் காபியை எடுத்துச் சென்றாள்...

வெங்கடாசலம் அப்போது தான் பேச்சை ஆரம்பித்தார்... "தம்பி நம்ம சங்க-விக்கு கல்யாணம் பண்ணிறலாம்ன்னு முடிவு பண்ணிருக்கிறோம்...

அதுக்குள்ள குமரனுக்கு நல்ல சம்பந்தமா வந்ததால் அவனுக்கு முதல்ல முடுச்சுட்டோம்" என்று சொல்லிக் கொண்டிருக்கும் போது, காபியோடு வந்த ஜானகி கதிரைப் பார்க்க, அவனும் அவளைப் பார்க்க இருவரும் மொத்தமாக அதிர்ந்து போனார்கள்...

ஜானகிக்கு கை காலெல்லாம் நடுங்கக் கண்ணை இருட்டிக் கொண்டு வர, காபி டிரேயை கீழே போட்டவள் அப்படியே சரிந்தாள்...

"ஜானுமா" என்று கத்திக் கொண்டே ஓடிப் போய் அவளைத் தாங்கியவன், அப்படியே சரிந்து அமர்ந்து அவளை மடியில் படுக்க வைத்துக் கொண்டு, "ஜானுமா ஜானுமா இங்க பாருடி" என்று கதறினான்...

குமரன் குடும்பம் மொத்தமும் அதிர்ந்து நின்றார்கள்... கதிரின் சத்தம் கேட்டு வெளியில் காவலுக்கு நின்றவர்கள் என்னமோ ஏதோ என்று உள்ளே ஓடி வர,

வெளியில் ஜானகிக்காகக் காத்துக் கொண்டிருந்த விஷ்ணுவும் என்னாச்சு? ஏன் இப்படி ஓடுகிறார்கள், யாருக்கு என்ன ஆபத்து அண்ணி வேற உள்ள இருக்கிறாளே, என்று அவனும் எழுந்து உள்ளே ஓடி வந்தான்.

அங்கே கதிரின் மடியில் மயக்கத்தில் கிடந்த ஜானகியைப் பார்த்ததும் பதற்றத்-துடன் அருகில் ஓடியவன், ஜானகியை தன் மடியில் இழுத்துக் கொண்டு கதிரைப் பிடித்துத் தள்ளி விட்டான்...

அதைப் பார்த்த பாதுகாப்புப் படையினர், "ஏய்" என்று கிட்டே வந்தார்கள்.

"யாரும் வராதீர்கள்" என்று அடக்கிய கதிர், "ஜானுமா" என்று அவள் கன்னத்தைத் தட்டப் போக, அவனை விடாமல் விஷ்ணுவே, "அண்ணி அண்ணி" என்று அவள் கன்னத்தில் வேகமாகத் தட்டினான்...

பாதுகாப்புப் படையின் அருகிலிருந்த சரவணனைப் பார்த்து, "தண்ணீர் கொண்டு வா" என்று கதிர் சொல்லவும், அவன் ஓடிச்சென்று எடுத்து வந்து கொடுத்தான்...

அதைத் தெளிக்கப் போக, "நீ ஒன்றும் செய்ய வேண்டாம்" என்றான் விஷ்ணு...

"இன்னும் உங்களுக்கு என் மேல் உள்ள கோபம் போகலையாம்?" "என் பொண்டாட்டி மேல தண்ணீர் தெளிக்க உன்கிட்ட அனுமதி வாங்க வேண்டிய அவசியம் இல்லை" என்றான்...

"பொண்டாட்டியா? யார் இவளா? அந்த நினைப்பு உன் மனசில் இருகாடா" என்று கேட்டு விட்டு தண்ணியைப் பிடுங்கி அவனே ஜானகிக்குத் தெளித்தான்...

மெல்லக் கண் விழித்தவள், கதிரையே கொஞ்ச நேரம் விழி எடுக்காமல் பார்த்து விட்டு, "விஷ்ணு என்னை இங்கிருந்து கூட்டிகிட்டுப் போடா" என்றாள்...

"ஜானுமா" என்று அவள் கையைப் பிடித்துக் கொண்டவன், "என்னை மறந்துட்டியாடி உன்னை மாதிரி என்னால இருக்க முடியலடி...

எதைத் தொட்டாலும் உன்னோட ஞாபகமாகவே இருகுடி... என்னைத் தனியே செயல்படாத அளவுக்கு மொத்தமா உன்னை மட்டுமே நம்பி இருக்க வெச்சுட்டு, இப்படி அனாதை மாதிரி விட்டுவிட்டு போய்ட்டயே என் நிலைமையை நினைத்து பார்த்தியாடி...

இதற்கு மேல என்னால நீ இல்லாம இருக்க முடியாது, எதாவது செய்து கொண்டு என்கிட்ட வந்துருடி... விஷ்ணுவுக்கும் அபிக்கும் தான், நான் தேவையில்லை, என்னை வெறுப்பார்கள்...

நீ அப்படி இல்லையே நான் எப்படி இருந்தாலும் உனக்கு பிடிக்குமேடி" என்று அவள் கையை அழுத்திப் பிடிக்க,

அவள் கதறி அழுதாள். "முடியலை விஷ்ணு என்னைக் கூட்டிகிட்டுப் போடா பிளீஸ், இவர் இப்படி பேசறதை கேட்கிற சத்தி எனக்கு இல்லைடா" என்று அவனின் நெஞ்சில் விழுந்து கதறினாள்...

"ஜானுமா" என்று பரிதவிப்புடன் மண்டியிட்டு அவனோட தகுதியை விட்டு வெகுவாக இறங்கி அவளிடம் கெஞ்சிக் கொண்டிருந்தான் கதிர்...

அவளோ விஷ்ணுவின் அணைப்பிலிருந்தாள் கதிரை விலக்கினாள்... "ஜானுமா என்னைப் பாருடி" என்று அவள் முகத்தைத் திருப்பினான்...

அவன் கையைத் தட்டி விட்ட விஷ்ணு, "தொடாத" என்றான்...

"அதை நீ சொல்லாதடா உனக்கு எந்த உரிமையும் இல்லை... அவ உங்களுக்காகத் தான் என்னை நெருப்பில் இறக்கி விட்டுவிட்டு வந்திருக்கா" என்றான் கதிர் கோபத்துடன்...

உனக்கு எந்த அளவுக்கு அவகிட்ட உரிமை இருக்கோ அதே அளவு எங்களுக்கும் உரிமை இருக்கு ஞாபகம் வைத்துக்கொள்" என்றான் விஷ்ணு...

கதிருக்குக் கோபம் வர ஜானகி கன்னத்தை அழுத்திப் பிடித்துத் தன் பக்கம் திருப்பியவன், "அவனும் நானும் ஒன்னாடி சொல்லுடி சொல்லுடி" என்று இறுக்கினான்...

வலி தாளாமல் முகம் சுருங்கி கண்ணீர் வர, அதைப் பார்த்து விஷ்ணு, "விடு அவளுக்கு வலிக்கும் பாருடா கண்ணீர் வருது" என்று சொல்லி அவன் கையை விலக்கப் பார்த்தான்...

அவன் பிடியைக் கொஞ்சம் கூடத் தளர்த்த முடியவில்லை... "எனக்குப் பதில் சொல்லுடி" என்று அதிலேயே பிடிவாதமாக இருந்தவன், ஒரே இழுப்பில் அவளைத் தன் அணைப்புக்குள் கொண்டு வந்து விட்டான் கதிர்...

ஜானகியின் நிலை பரிதாபமாகப் போக, "அவளை விடு" என்று கதிருடன் போராடினான் விஷ்ணு... "ஜானுமா நீ சொல்லு அவனும் நானும் ஒன்றா இதற்குப் பதில் சொல்லிவிட்டு போ" என்றான் கதிர் வீம்பாக...

"இந்தக் கேள்வியை நீங்க கேட்க வேண்டியதே இல்லை... அவனும் நீங்களும் ஒன்று இல்லையென்று உங்களுக்கே தெரியும்" என்றாள் ஜானகி மெல்ல வாயைத் திறந்து...

"எனக்கும் தெரியும் உன் வாயால் அவன் முன்னாடி சொல்லு" என்றான் பிடிவாதமாக... அவனுக்கு அவள் மனதில் என்ன இருக்கு என்று தெரிந்து கொள்ள வேண்டி இருந்தது...

சொல்லாமல் தன்னை விடமாட்டார் என்பதைப் புரிந்து கொண்டவள், "மாமா அவனும் நீங்களும் எப்படி ஒன்றாக முடியும்... நீங்க எனக்குப் புருஷன் அவன் எனக்குக் கொழுந்தனார் இது தான் வித்தியாசம்" என்றாள் ஜானகி...

அதில் கரைந்து போனவன், "நீ என்னை இப்படி மாமான்னு கூப்பிட்டு நான் கேட்டு எவ்வளவு வருஷமாச்சுடி" என்று அவளுக்கு முத்தமிட்டு தன் நெஞ்சோடு இறுக்கிக் கொண்டான் அவன் கண்ணில் கண்ணீர்த் துளிகள் பளபளத்தது...

அவனுடைய பாதுகாப்புப் பணியில் இருந்தவர்களும் இதை எல்லாம் வேதனையுடன் பார்த்துக் கொண்டிருந்தார்கள்... அதுவும் கதிரின் காதல் மனதை அறிந்தவர்கள், எப்படியாவது இரண்டு பேரும் ஒன்று சேர வேண்டும் என்று ஒருவருக்கொருவர் பேசிக் கொண்டார்கள்...

ஜானகிக்கு மனசு கணத்துப் போனது... விஷ்ணுவுக்கு என்ன பண்ணுவது என்று தெரியாமல் அப்படியே அமர்ந்திருந்தான்...

கதிர் மிதப்புடன் அவனைப் பார்க்க அந்தப் பார்வையைக் கொஞ்சமும் சளைக்காமல் எதிர் கொண்டவன், இருவரும் ஈட்டி முனை கூர்மை உராய்வது போல், தங்கள் விழிகளால் போர் தொடுத்து நின்றார்கள்...

"மாமா மூச்சு முட்டுது விட்டுங்க" என்றாள்...

அவன் அவளை விட்டதும் எழுந்து தன் பக்கம் இழுத்துக் கொண்ட விஷ்ணு, "அண்ணி போகலாம் வா" என்றான் கோபத்துடன்...

"ஜானுமா என் கூட வந்துருடி, விஷ்ணு போதும் இவ்வளவு நாள் நீங்க கஷ்டப்பட்டது இப்போதாவது என் கூட வாங்கடா" என்றான் கதிர் பரிதவிப்புடன்...

"தாராளமா நான் வரேன் ஆனால் அண்ணியக் கேள். அவ எப்ப உன் வீட்டுக்குப் போகலாம்ன்னு சொன்னாலும் நாங்க அவ பின்னாடியே வருவோம்...

அம்மாவுக்கு அடுத்தபடி அண்ணி தான் எங்களுக்கு எல்லாம். அவ சொற்படி தான் கேட்போம் நீ அவ கிட்டப் பேசிக்கோ" என்றான் விஷ்ணு...

"ஜானுமா என் கூட நம்ம வீட்டுக்கு வாடி" என்றான் அவள் கையைப் பற்றிக் கொண்டு...

அவனை அழுத்தமாக ஒரு முறை பார்த்து விட்டு, அவன் கையை விலக்கி விட்டவள், விஷ்ணுவுடன் சென்றாள்... அவர்கள் இருவரும் செல்வதையே வெறித்தபடி பார்த்துக் கொண்டே நின்றான் கதிர்.

வீட்டிற்கு வந்ததும் கதறி அழுதாள் ஜானகி... அபி அவளைத் தாங்கிக் கொண்டு, "என்னாச்சு அண்ணி" என்று கேட்கவும் விஷ்ணு நடந்ததைச் சொன்னான்...

"அண்ணி உங்க விருப்பம் தான் அண்ணா கூடப் போகலாமென்று நீங்க முடிவு பண்ணுனா நாங்க ரெண்டு பேரும் உங்க கூட வருவோம்" என்றாள்...

"அபிமா என்னைக் கொஞ்சம் தனியா விடுறீங்களா? எனக்கு மனசே சரியில்லை பாவம் அவரை இந்த நிலையில் பார்த்த எனக்கு உயிர் போற மாதிரி வலிக்குது" என்று அழுதாள்...

அபியும் விஷ்ணுவும் அமைதியாக இருக்க, ஜானகி ஓரமாகப் படுத்தவள் கண்ணில் கண்ணீர் மட்டும் போய்க் கொண்டிருந்தது...

அன்று இரவு மூன்று பேரும் சாப்பிடவில்லை வெகு நேரம் கழித்துத் தான் உறங்கினார்கள்...

குமரன் வீட்டில் எல்லாரும் பேயறைந்த மாதிரி இருந்தார்கள்... குமரன் மட்டும் கொஞ்சம் தெளிந்து, "கதிர் உனக்கும் அவர்களுக்கும் என்ன சம்பந்தம்" என்று கேட்டான்... கொஞ்சம் தள்ளி தன் தங்கை அம்மாவின் தோளில் சாய்ந்து அழுது கொண்டிருப்பதைப் பார்த்தபடி...

வெங்கடாசலம் சோபாவில் தோய்ந்து போய் அமர்ந்திருந்தார்... அவருடைய ஆசை நிறைவேறாது என்ற தோல்வியைத் தாங்கிக் கொள்ள முடியாமல்...

கதிர் அவனை அழுத்தமாகப் பார்த்தவன், "ஜானகி என் பொண்டாட்டி அவ கூட இருந்த விஷ்ணு என் தம்பி, என் தங்கச்சி அபிராமியும் அவ கூடத்தான் இருக்கா, என் குடும்பம் இது தான் வேறு எதையும் கேட்காதீங்க...

நான் சொல்லும் நிலையிலும் இல்லை... அவ வீட்டு அட்ரஸ் சொல்லுடா" என்று வாங்கி சரவணனிடம் கொடுத்தவன், "அங்கே ஆட்கள் காவலுக்குப் போடு, எத்தனை பேரை வேண்டுமானாலும் மப்டியில் போடு,

இந்த முறை அவர்கள் என் கண்ணை விட்டு மறையக் கூடாது" என்று உத்தரவிட்டவன், "நான் கிளம்பறேன் குமரா" என்று சொல்லி விட்டு அங்கிருந்து வேகமாகச் சென்று தன் வாகனத்தில் ஏறிக் கொண்டான் கதிர்...

அவன் சென்றதும் கல்யாண வீடு இருளடைந்தது போல் ஆனது... சங்கவியை சமாதானப் படுத்த முடியாமல் தவித்துப் போனார்கள்...

ஒரு முடிவுடன், "சங்கவி இனி நீ கதிரை நினைத்துக்கொண்டு இருக்கிறது சரியில்லை... அவனுக்குக் கல்யாணமாகி இருக்கு அது தெரியாமல் நாம தவறு செய்யப் பார்த்தோம்...

தம்பி, தங்கை, இருக்கிறார்கள் ஏதோ குடும்ப பிரச்சனையில் பிரிந்து இருக்கிற மாதிரி தெரியுது... அவன் பேசியதைக் கேட்டில்ல, அவர்கள் இரண்டு பேரும் ஒருத்தரை ஒருத்தர் புருஞ்சு வெச்சுகிட்டு இருக்காங்க...

இன்னும் எத்தனை வருஷம் இப்படியே இருந்தாலும், இரண்டு பேரும் வேறு கல்யாணமெல்லாம் பண்ணிக்க மாட்டார்கள் போலத் தெரியுது... நல்ல வேலை கேட்டு அசிங்கப் படலை...

தன் கணவன் நாட்டின் முதலமைச்சர் ஆகப் போறான், அவனுக்கு இல்லாத வசதியா கை சொடுக்கும் நேரத்தில் நினைத்ததைச் சாதிப்பவன்... அப்படி இருந்தும் அவனிடம் போகாமல் வீட்டு வேலை செய்யறான்னா, அவர்கள் எல்லாருக்கும் இந்த பதவி பணம் எல்லாம் ஒரு பொருட்டாகவே படலைன்னு தானே அர்த்தம்" என்றான் குமரன்...

"ஆமாம் குமரா அவர்கள் குடும்பத்தில் ஏதோ பிரச்சனை நல்ல வேலை நாம எதுவும் பேசறக்கு முன்ன தெருஞ்சுது, இந்த பேச்சை இதோடு விட்டுவிட்டு அவங்கவங்க வேலையை பாருங்கள்" என்று மனைவியைப் பார்த்துச் சொன்னார்...

"இதற்கு மேல இனி நாளைக் கடத்துவது சரியில்லைங்க, உடனே சங்கவிக்கு மாப்பிள்ளை பாருங்கள்... இவ்வளவு நாள் கதிருக்குத் தான் சங்கவியக் கல்யாணம் பண்ணனும்னு குமரனுக்கு முதல்ல பண்ணினோம்...

அவர் இல்லையென்று ஆயிருச்சு இனி நம்ம பொண்ணோட வாழ்க்கையப் பார்க்கனும்" என்று தன் கணவரிடம் சொன்னாள் லோகநாயகி...

"அப்பா அம்மா சொல்கிறது தான் சரி நாம உடனே மாப்பிள்ளை பார்க்கலாம்" என்று குமரன் சொன்னதும், சங்கவி அழுது கொண்டே தன் அறைக்கு ஓடி-

னாள்... பின்னாடியே லோகநாயகியும் சென்று அவளைச் சமாதானப் படுத்தினாள். வெங்கடாசலமும் குமரனும் கவலையுடன் அப்படியே அமர்ந்திருந்தார்கள்...

7

அத்தியாயம் 7

கதிருக்கு, ஜானகி தன் வீட்டுக்கு வரமாட்டேன் என்று சொன்னது கோபத்தை வரவழைத்திருந்தாலும், இவ்வளவு வருஷம் கழித்து இன்று அவள் இருக்குமிடம் அறிந்து நிம்மதியையும் சந்தோஷத்தையும் உணர்ந்தான்...

அவன் மனசெல்லாம் டீன் ஏஜ் விடலைப் பையனைப் போல் துள்ளிக் கொண்டிருந்தது... பெரியமனுஷி மாதிரி பேச்சில் பக்குவம் தெரியுது...

இங்கிருக்கும் போதே பொறுப்பா தான் இருப்பா, என்ன ரொம்ப இளைச்சுத் தெரியறா, பாவம் எவ்வளவு கஷ்டப்பட்டு வீட்டுவேலை செய்து என் தம்பி தங்கையைப் படிக்க வெக்கறா போல இருக்கு...

ரொம்ப வைராக்கியக்காரி தான். நம்ம வீட்ல இருக்கும் போதே எல்லாரையும் நல்லா கவனிச்சுக்குவா, அவ மட்டும் இல்லைனா எங்கம்மா அப்பாவுக்கும் எனக்கும் உள்ள தொடர்பே அத்துப் போயிருக்கும். என்னை அவங்க கூடப் பிடித்து வைத்திருந்ததுக்கு காரணமே இவ தான் என்று பழைய நினைவுகளில் மூழ்கினான் கதிர்...

கதிர் கல்லூரியில் படிக்கும் போது முதல் முதலில் கட்சியில் சேர்ந்து விட்டு வந்து வீட்டில் சொன்னதும், அவனுடைய அப்பாவுக்குக் கோபம் வந்து வயசுப் பையன் என்று கூடப் பார்க்காமல் படிக்கற வயசுல கட்சி அது இதுன்னு சுத்தறையா? என்று அடிப் பின்னி எடுத்து விட்டார்...

குறுக்கே வந்து விழுந்து தடுத்த அவனுடைய அம்மாவையும், பையனை பெத்து வளர்த்தி இருக்கா பாரு... அவன் என்ன பண்றான் ஏது பண்றான்னு கவனிக்கிறதே கிடையாது... வீட்டில் இருந்து என்ன தான் பண்ணுறையோ என்று மனைவியையும் திட்டித் தீர்த்தார்...

அதுவும் அடிக்கும் போது, ஜானகி மாமா அவரை அடிக்காதீங்க என்று அழுது கொண்டே கெஞ்சியது ஞாபகம் வந்து, அவன் மனதை இறுகச் செய்தது...

அவனுக்கு ரொம்ப அவமானமாகிப் போனது... கோபத்தில் நான் அப்படித் தான் சேருவேன் எனக்கு அரசியல் தான் பிடிச்சிருக்கு, என்று கத்தி விட்டுத் தன் அறைக்குள் சென்று விட்டான்...

கஜேந்திரன் இடிந்து போய் அமர்ந்து விட்டார்... கலைச்செல்விக்கும் கட்சின்னு சுத்தறது பிடிக்க வில்லை தான்... ஆனால் வளர்ந்த பையனை அடுச்சதும் அவருக்கு பொறுக்காமல் தடுக்கச் சென்றார்...

அபியும் விஷ்ணுவும் அண்ணன் அடிவாங்குவதைப் பார்த்ததும், கோழிக்குஞ்சு போல் ஒரு மூலையில் போய் அமர்ந்து விட்டார்கள்... ஜானகி அழுது கொண்டிருந்தாள்...

கஜேந்திரனுக்கு ஆத்திரமே அடங்கவில்லை, இனி அவன் வாழ்க்கை என்னாவது என்று கவலை வேறு வந்தது... அரசியலில் போய் எத்தனை குடும்பம் சீரழிந்திருக்கிறது நானே கண் முன் பார்த்திருக்கேன்...

நாமே நடுத்தர வர்க்கம் ஏதோ எங்க அப்பா அந்தக் காலத்திலே இவ்வளவு பெரிய வீடு கட்டி வெச்சுட்டு போயிருந்ததால, வாடகை இல்லாம நாமளும் கவுரவமா குடும்பம் நடத்தரோம்...

இவன் இப்படி பண்ணினா அடுத்து இருக்கற குழந்தைங்க வாழ்க்கை பாதிக்குமே, இவனை நம்பி இனி அந்தச் சின்னப் பொண்ணைக் கல்யாணம் பண்ணி வைக்க முடியுமா? நம்ம பொண்ணா இருந்தா இப்படி ஒரு பையனுக்குக் கொடுப்போமா? என்று மனைவியிடம் புலம்பினார்...

கலைச்செல்வியும் அழுது கொண்டே கணவன் புலம்பியதுக்கு ஆறுதல் கூடச் சொல்ல முடியாமல் தனக்குள் மறுகினாள்...

இரவு பத்து மணி வரை அப்படியே இருந்த மாமனையும் அத்தையையும் ஜானகி தான் சமாதானப் படுத்திச் சாப்பிட வைத்தாள்... அழுது கொண்டு செய்வதறியாது அமர்ந்திருந்த விஷ்ணுவையும் அபியையும் அழைத்துப் போய் ஆறுதல் கூறிச் சாப்பிட வைத்தாள்...

கதிரையும் போய் அழைத்தால்... "மாமா வந்து சாப்பிடுங்க" என்றதும் அவளையே வெறித்துப் பார்த்தவன், "நீ இங்க வராதே எனக்கு எதுவும் வேண்டாம் வெளிய போடி" என்று எல்லார் மேல் இருக்கும் கோபத்தில் அவளிடம் எரிந்து விழுந்தான்...

அவளோ கண்ணீருடன் அப்படியே நிற்க, "ஒரு தடவை சொன்னால் உன் மரமண்டைக்கு ஏறாதா போடி வெளியே" என்று கத்தவும், அந்த அறையை விட்டு வெளியே சென்றவள், சாப்பிடாமலேயே அழுதபடி படுத்துக் கொண்டாள்...

கலைச்செல்வி அவளுக்கான மட்டும் சொல்லியும் கேட்க வில்லை.

இரவு தூக்கம் வராமல் மாமா என்ன பண்றாறோ என்று தவித்துக் கொண்டிருந்தவள், நள்ளிரவில் எழுந்து சென்று பார்த்தாள்... அவன் அறையில் புலி

மாதிரி உருமிக் கொண்டு உட்கார்ந்திருந்தான்...

அதைப் பார்த்த ஜானகிக்குத் தாங்க முடியவில்லை. பசி தாங்க மாட்டாரே என்று நினைத்தவள், திட்டினாலும் பரவாயில்லை சாப்பிட வெச்சிரனும் என்று முடிவு செய்தவள், போய் சூடா தோசை ஊற்றி குழம்பைச் சூடு பண்ணி எடுத்துக் கொண்டு அவன் அறைக்குச் சென்றாள்...

அவளைப் பார்த்ததும், "இங்க ஏண்டி வந்த" என்று கத்தினான்.

"மாமா சாப்பிட்டு என்ன வேணாலும் திட்டுங்க நான் வாங்கிக்கறேன், இப்படி பசியோட இருக்காதீங்க என்னால தாங்க முடியலை" என்று அழுதாள்...

அவளின் அழுகையும் கெஞ்சலும் அவனுக்குள் இளக வைக்க, அவளுக்காக அமைதியானான்... அவளே அருகில் வந்து அமர்ந்து அவனிடம் தட்டைக் கொடுக்கவும், வாங்காமல் பார்த்துக் கொண்டிருந்தான்...

அவளே தோசையைப் பிச்சு அவன் வாய் அருகில் கொண்டு போக, ஆழ்ந்து சுவாசித்து தன்னை சமன்படுத்திக் கொண்டவன், வாயைத் திறந்து அவள் தந்த தோசையை வாங்கிக் கொண்டான்...

இதை எல்லாம் அறைக்கு வெளியிலிருந்து கஜேந்திரனும் கலைச்செல்வியும் பார்த்து விட்டு அமைதியாகச் சென்று விட்டார்கள்...

மீதி இருக்கும் உணவையும் அவளே ஊட்டி விட்டவள், சாப்பிட்டு முடித்ததும் தட்டை எடுத்துச் சென்றவளின் கையைப் பிடித்துக் கொண்டவன், "இங்கயே இருடி" என்றான்...

அவள் அங்கயே அமரவும், "ஜானுமா நான் அரசியலில் சேற்றது பத்தி நீ என்ன நினைக்கிற உனக்கு விருப்பம் இருக்கா" என்று கேட்டான்...

அவன் கண்ணில் தெரிந்த ஆர்வம் அவள் மனதை இம்சிக்க, "உங்களுக்கு அது பிடிச்சிருக்கா?" என்று கேட்டாள் ஜானகி...

"ஆமாம் ரொம்ப பிடிக்கும் என்னோட லட்சியமே அரசியல்ல சேர்ந்து மக்களுக்கு நல்லது செய்யனும், இந்த அரசியல் முறையையே மாத்தனும், நானும் பெரிய ஆளா வரனும் என்னைத் தெரியாதவங்களே இருக்கக் கூடாது" என்று ஆர்வத்துடன் சொன்னான்...

"மாமா இதைப் பத்தி எனக்குத் தெரியாது, ஆனால் உங்களுக்கு விருப்பம்னா செய்ங்க... குடும்பத்தையும் ஒரு நிமிஷம் நினைச்சுப் பாருங்க...

அத்தையும் மாமாவும் உங்க நல்லதுக்குத் தான் சொன்னாங்க. அவங்களைத் தவறா நினைக்காதீங்க... எந்த பெத்தவங்களா இருந்தாலும் தன் குழந்தை நல்லாருக்கனும்னு தான் நினைப்பாங்க...

அவங்களுக்கும் அது மாதிரி கனவு இருந்திருக்கும், உங்களை நல்லா படிக்க வைக்கனும் நல்ல வேலை வாங்கித் தரனும்...

நீங்க தம்பி தங்கயைப் பார்த்துப்பீங்க, இப்படி எல்லாம் அவங்க கனவு கண்டிருக்கும் போது, அதை நீங்க சுலபமா உடைச்சுட்டீங்க அவங்களுக்குக் கோபம் வராதா?..

இவ்வளவு நாளா அவங்க தான இந்தக் குடும்பத்துக்காக எல்லா முடிவும் எடுத்தாங்க... திடீர்ன்னு எனக்கு ரெக்கை முளைச்சிருச்சு இனி நானே பார்த்துப்பேன், நீங்க தலையிடாதீங்கன்னு சொன்னது தப்பு மாமா" என்றாள் வேதனையுடன்...

"ஜானுமா படுச்சு மத்த வேலைக்குப் போற மாதிரி தான் அரசியலும். எந்த வேலைல தான் ரிஸ்க் இல்லாம இருக்கு... என்ன அரசியல்ல கொஞ்சம் அதிகம் அதை நான் சமாளிச்சுப்பேன்...

இவர் என்னனா எடுத்ததும் கை வைக்கறார்... வளர்ந்த பையன்னு கூட இல்லாம உன் முன்னாடியே அடிக்கிறார், எனக்கு வந்த கோபத்துக்கு" என்று பல்லைக் கடித்தான் கதிர்...

"ஏன் என் முன்னால அடுச்சா என்ன உங்களுக்கு குறைந்து போயிருச்சு, எனக்குத் தெரியாம எது நடந்தாலும் பரவாயில்லைன்னு நினைக்கறீங்க பார்த்தீங்களா? என்கிட்டக் கூடக் கவுரவம் பார்ப்பீங்களா?" என்று அவள் கோபப்பட்டாள்.

"அதெல்லாம் இல்லைடி உன் முன்னால அடுச்சது எனக்கு என்னவோ போல இருந்துச்சு. அதான் சரி அதை விடு நீ சாப்டியா?" என்று கேட்டான்...

"இல்லை நீங்க சாப்பிடாம எப்படி சாப்பிடறது" என்றாள் தலையைக் குனிந்து அவனை அடிக்கண்ணால் பார்த்துக் கொண்டே...

"அதில் இதமாக உணர்ந்தவன் சரி வா" என்று அவளை அழைத்துப் போய் அவனே தோசை ஊற்றவும், "வேண்டாம் மாமா நீங்க போய் இதெல்லாம் செஞ்சுகிட்டு, நானே பார்த்துக்கறேன்" என்றவளை,

மிரட்டி "பேசாம இரு" என்றவன், அவளுக்குத் தோசை ஊற்றிக் கொடுத்தான்... தயக்கத்துடன் சாப்பிட்டாள் ஜானகி...

இருவரும் இரண்டு மணி வரை பகல் போல வீடு முழுவதும் கைகோர்த்துக் கொண்டு உலாத்தி விட்டு, பிரிய மனசே இல்லாமல் அவளை அபி அறையில் விட்டு விட்டு, "நீயும் என் அறைக்கே வாடி" என்றான் அவள் கையைப் பிடித்துக் கொண்டு...

வெக்கத்துடன், "எதுக்கு அத்தையும் மாமாவும் என்னையும் அடிக்கவா?" என்றாள் ஜானகி பயப்படுவது போல,

"எப்ப இருந்தாலும் நீ அங்க தாண்டி வரப் போற, இப்பவே வந்தா என்ன?" என்று ஏக்கமாகக் கேட்டவனைப், பிடித்துத் தள்ளிக் கொண்டே சென்று அவன் அறையில் விட்டு விட்டு, தன் அறைக்கு ஓடி வந்து கதவை அடைத்துக் கொண்டவளுக்கு, மனசெல்லாம் படபடத்து மூச்சு வாங்கியது...

கதிரின் ஏக்கமான பார்வையும் பேச்சும் அவளைச் சிலிர்க்க வைத்து, மனதில் இனம் புரியாத படபடப்பை உண்டாக்கி இருந்தது... இன்பமான மனநிலையுடன் உறங்கச் சென்றாள்...

அடுத்த நாள் காலையில் நேரத்திலேயே எழுந்த ஜானகி, டிபன் செய்து விட்டு சாப்பாடு வைத்தவள், எல்லாரும் எழுந்திருச்சதும் காபி எடுத்துக் கொண்டு போய் கொடுத்து விட்டு, கதிர் அறைக்கு எடுத்துச் சென்றாள்...

அவனை எழுப்பி பிரஷ் பேஸ்ட்டைக் கையில் திணித்தவள், "சீக்கிரமா பல் விளக்கிட்டு வாங்க" என்றாள்...

கதிரும் நீட்டி நெளிச்சு பல் விளக்கி முகம் கழுவி வந்ததும் காபியைக் கொடுத்தவள், அவன் படுத்திருந்த பெட்டை சரி செய்து போர்வையை மடித்து வைத்து விட்டு, அன்று போடும் உடையை எடுத்து கட்டிலில் வைத்து விட்டு, "சீக்கிரம் குளித்து ரெடியாகுங்க" என்று சொல்லிச் சென்றாள்...

சாதம் ரெடியானதும் கலைச் செல்வி அதை லெமன் சாதமாகக் கழறியவள், உருளைக்கிழங்கை வறுவல் செய்து எல்லாருக்கும் டிபனில் போட்டுக் எடுத்து வைத்தாள்...

மகன் ரெடியாகி வந்ததும், கதிர் டிபன் எடுத்து வைக்கட்டுமா?" என்று எதுவும் நடக்காதது போலக் கேட்டுக் கொண்டே, எடுத்து வைத்தார் கலைச்செல்வி...

திரும்பி அவன் தாயை முறைத்துக் கொண்டிருந்தான் கதிர்...

"என்னை எதுக்குடா முறைக்கற, உனக்கும் உங்க அப்பாவுக்கும் பிரச்சனைனா அவருகிட்டக் கேளு நான் என்ன செய்வேன்" என்றார் அவனின் தாய்...

"அம்மா வேண்டாம் நான் யாரோடும் பேசும் மனநிலையில இல்லை, தேவை-யில்லாமல் என்னைக் கடுப்பாக்காதீங்க சொல்லிட்டேன்" என்றான் எரிச்சலுடன்...

"நீ கடுப்பாகு ஆகாம போ எனக்கு என்ன வந்துச்சு, வந்து சாப்பிட்டு போ" என்று கராராக நிற்க, அவனும் கண்டு கொள்ளாமல் நின்றான்...

"ஏன் உன் மாமன் மகள் வந்து போட்டால் தான் சாப்பிடுவியா?" என்று ஏற்ற இறக்கத்துடன் கேட்டார்.

இரவு என் அறையில் நடந்ததைப் பார்த்துவிட்டுத் தான் இப்ப வம்பு பண்-ணிட்டு இருக்காங்களா? என்று நினைத்தவன் பேசாமலே இருந்தான்...

8

அத்தியாயம் 8

மனைவியின் பேச்சைக் கேட்டுக் கொண்டே தன் அறையிலிருந்து வந்த கஜேந்திரன், "உனக்கு வேற வேலை இல்லையாடி, சொன்ன பேச்சை கேட்காம அவன் இஷ்டத்துக்கு இருப்பவன்கிட்ட உனக்கு என்ன பேச்சு வேண்டி கிடக்கு...

எனக்கு சோத்தைப் போடு இவனெல்லாம் எங்க போய் உருப்படப் போறான். ஏதோ கஷ்டப்படற அப்பாவுக்குக் கொஞ்சம் உதவியா இருப்போம்னு நினைச்சு, காலேஜ் முடுச்சு வேலைக்குப் போய் குடுப்பத்தை காப்பாத்துவான்னு பார்த்தா, உருப்படாமல் போறக்கு வழி தேடிப் போய்கிட்டு இருக்கு" என்று அவர் பேசிக் கொண்டிருந்தார்...

கோபத்துடன் அவரைப் பார்த்து விட்டு வேகமாக வெளியே சென்றான்...

அதைப் பார்த்துப் பதைபதைத்துப் போன ஜானகி வாசலுக்கு ஓடிப்போய், "பிளீஸ் மாமா சாப்பிட்டு போங்க" என்று அவன் முன்பு வழிமறித்துக் கண்கலங்க நின்றவளைப் பார்த்தவனுக்கு, என்ன செய்வது என்றே புரியவில்லை...

அப்பா பேசிய பேச்சு மனசுக்குள் ஊசியாய் குத்தியது, அதைவிட அவளின் ஏக்கம் நிறைந்த பார்வையும், எங்கே சாப்பிடாமல் போய்விடுவானோ என்று பயத்துடன் நிற்பதும் அவனைக் கட்டிப் போட்டது...

நான் சாப்பிடாமல் சென்றால் இவளும் நான் வரும் வரை சாப்பிடமாட்டாள், மத்தவங்க அவங்க வயிறு நிறைஞ்சா போதும்னு சாப்டிருவாங்க... இவ மட்டும் தான் எனக்காகப் பட்டினி கிடப்பா என்று நினைத்தவன்,

அவனுடைய வலியை ஒதுக்கி விட்டு அவளுக்காக உள்ளே சென்றவன், யாரையும் ஏறெடுத்தும் பார்க்காமல் இருக்கையில் அமர்ந்தான்...

அதுக்காகவே காத்துக் கொண்டிருந்தவளைப் போல, ஓடிப்போய் அவன் அருகில் நின்று பரிமாறினாள்...

மகன் மீண்டும் வந்து அமர்ந்ததும் பேச வாயைத் திறந்த மாமனாரை, ஜானகி கெஞ்சலுடன் பார்த்த பார்வை அவரை மேற்கொண்டு வாயைத் திறந்து எதுவும் பேசாமல் இருக்க வைத்தது...

அபியும் விஷ்ணுவும் ஸ்கூலுக்குச் செல்ல கிளம்பி வந்தவர்கள், சாப்பிட்டுக் கொண்டிருந்த கதிரைப் பார்த்து விட்டு, "அண்ணா" என்று அவன் அருகில் வந்து அமர்ந்தார்கள்...

அவர்களிடம் எப்போதும் போலச் சகஜமாகப் பேசியவன், அபிக்கு அவனே டிபனைப் போட்டும் கொடுத்தான்... மூன்று பேரும் பேசிக் கொண்டே சாப்பிட்டு முடித்தார்கள்...

சாப்பிட்டு முடித்து விட்டு கதிர் செல்லும் போது, டிபன் பாக்ஸ்ஸை அவன் கையில் திணித்தாள் ஜானகி...

அதை வாங்கிக் கொண்டவன், "சாப்டேன்டி நீ பட்டினி கிடக்காமல் சாப்டுருவ தானே. உனக்காகத் தான் சாப்பிட்டேன் இதையும் எடுத்துட்டுப் போறேன்" என்று டிபன் பாக்ஸை கையில் வாங்கிக் கொண்டு அவளையே பார்த்துக் கொண்டிருந்தான்...

ம் என்று மெல்லத் தலையாட்டிக் கொண்டு அவன் விழியையே பார்த்தபடி நின்றவளின் கன்னத்தில் தட்டி விட்டு "போய்ட்டு வரேன்டி" என்று சொல்லிச் சென்றான் கதிர்...

ஜானகி பேச்சைக் கேட்டு அவன் அடங்கிச் செல்வது, கஜேந்திரனுக்கும் கலைச்செல்விக்கும் ஒரு விதத்தில் நிம்மதியாக இருந்தது...

கஜேந்திரன், அபியையும் விஷ்ணுவையும் ஸ்கூலில் விட்டு விட்டு அவர் வேலைக்குச் சென்றார்...

எல்லாரும் கிளம்பியதும் வீடு காலை நேரப் பரபரப்பு அடங்கிப் போய், ஆர அமர மாமியாரும் மருமகளும் சாப்பிட அமர்ந்தார்கள்...

"ஜானுமா உன்னை நினைச்சா எனக்குப் பெருமையா இருக்குடா, கதிர் சாப்பிடாமல் படுத்துட்டான். அவன் சாப்பிடாம நீயும் சாப்பிடலையேன்னு நினைச்சு தூக்கம் வராமல் வந்து பார்த்தேன்...

நீ அவனுக்குத் தோசை சுட்டு கொடுத்துச் சாப்பிட வெச்சிட்டிருந்த, அதைப் பார்த்து எனக்கு நிம்மதியா இருந்துச்சு தெரியுமா? என் பையனை உன்னை விட யாரும் நல்லா பார்த்துக்க மாட்டாங்க...

உன்னை நம்பி என் மூன்று குழந்தைகளையும் விட்டுட்டுப் போனாக் கூட, எந்தக் குறையும் இல்லாம நீ பார்த்துக்குவ, எனக்கு அந்த நம்பிக்கை வந்துருச்சு" என்று உணர்ச்சிவசத்துடன் பேசினார்.

"அத்தை என்ன பேசறீங்க பார்த்துப் பேசுங்க" என்று சத்தம் போட்டாள் ஜானகி...

"சும்மா சொன்னேன் நெருப்புன்னா வாய் வெந்துருமா பேச்சுக்கு சொன்னேன்மா, நீ கொஞ்சம் அவன்கிட்டப் பேசிப்பாறேன்...

இந்த அரசியல் கட்சி எல்லாம் நம்ம குடும்பத்துக்கு சரிவருமா? மாமா கதிரை நினைச்சு ரொம்ப கவலைப்படறார்...

நாங்க சொல்லித் தான் கேட்கலை நீயாவது சொல்லிப் பாறேன்... நீ என்ன சொன்னாலும் கேக்கறான், அவனை காலேஜ் முடுச்சுட்டு வேலைக்குப் போகச் சொல்லுமா?" என்றார்...

"அத்தை மாமா என் பேச்சை கேட்பாருங்கறக்காக நான் அவரை கட்டுபடுத்த முடியாது... நல்லதோ கெட்டதோ அவருக்குன்னு ஒரு லட்சியம் இருக்குன்னு சொல்றார்...

அவருக்கு இதுல இருக்குற தீவிரத்தைப் பார்த்தால் அதைக் கலைக்க மனசு வரலை, அவருக்குப் பிடிச்சதை செய்யட்டுமே சரியா வரலைனா அவரே விட்டுட்டு வந்துருவார் அத்தை" என்று அவனுக்காகப் பேசினாள் ஜானகி...

"உன் மாமனார் இந்த அரசியல் வேண்டாம்ன்னு முடிவா சொல்லிட்டாங்க ஜானு, எனக்குப் பயமா இருக்கு இதைத் தொட்டு இனிமேல் ரெண்டு பேரும் சண்டை போட்டுக்குவாங்களோன்னு" என்று மிரட்சியுடன் சொன்னாள் கலைச்செல்வி...

"அத்தை நீங்களே இப்படிச் சொன்னால் எப்படி மாமாட்ட பேசுங்க அவரோட ஆசையைச் சொல்லிப் புரிய வைங்க" என்று பரிதவிப்புடன் சொன்னாள் ஜானகி...

அவளுக்கு எப்படியாவது கதிரை மாமா புருஞ்சுகிட்டு சம்மதம் சொல்லனும் என்று எதிர் பார்த்தாள்...

கலைச்செல்வி கணவரிடம் இன்னொரு முறை கதிருக்காகப் பேசிப் பார்க்கனும், என்று தனக்குள் நினைத்துக் கொண்டாள்...

இருவரும் சாப்பிட்டு முடுச்சு எடுத்து வைத்து விட்டு, "அத்தை நீங்க மாத்திரை போட்டுட்டு படுக்கறதுனா படுங்க, நான் போய் துணி துவைக்கறேன்" என்று பின் பக்கம் இருக்கும் துணி துவைக்கும் இடத்திற்குச் சென்றாள் ஜானகி...

அதன் பிறகு அவளுக்கு வேலை சரியாக இருந்தது. மாலை வீடு வரும் நேரத்திற்கு டீ போட்டு மாமியாருக்குக் கொடுத்து விட்டு, உருளைக்கிழங்கை வேகப்போட்டாள்...

கோதுமை மாவை எடுத்து வந்து பூரிக்கு பிசைந்து வைத்தவள், விஷ்ணுவும் அபியும் வர அவர்களுக்கு டீ ஊத்திக் கொடுத்து விட்டுத், தானும் அவர்களோடு அமர்ந்து பேசிக் கொண்டே குடித்தாள்.

"அண்ணி அப்பா ஏன் தான் இப்படி இருக்காறோ, இந்தக் காலத்தில் கூட அதுல சேரக்கூடாது இதுல சேரக்கூடாதுன்னு கண்டிஷன் போடறாரு...

கெட்டுப் போறவங்க எதுல இருந்தாலும் கெட்டு போவாங்க, இவங்க வளர்ப்பு மேல இவங்களுக்கே நம்பிக்கை இல்லையா?" என்று நேற்றிலிருந்து தன் மனசி-லிருந்து ஆதங்கத்தை கொட்டினான்...

"விஷ்ணு இதெல்லாம் நீங்க ரெண்டு பேரும் பேச வேண்டாம் படிப்பை பாருங்க, வீட்டுப் பிரச்சனையில நீங்க தலையிட வேண்டாம், அதை அவங்களே பார்த்துக்கு வாங்க" என்றாள் ஜானகி...

"என்ன அண்ணி இப்படிச் சொல்ற அவர் எங்க அண்ணா, நாங்க அவருக்கு சப்போர்ட் பண்ணுவோம்" என்று திமிறிக் கொண்டு நின்றாள் அபி...

"நேத்து மாமா பேசும் போது மூலையில் பதுங்கி இருந்தவள், இப்ப வீட்டில் ஆள் இல்லைனதும் வீர வசனம் பேசறதைப் பார், என்று மனசுக்குள் நினைத்துச் சிரித்துக் கொண்டவள்,

"அப்படியா? அபி, அப்ப மாமா வந்ததும் நீ உங்க அண்ணாவுக்கு சப்-போர்ட்டா பேசிப் பாக்கறையா?" என்றாள் ஜானகி உள்ளுக்குள் சிரித்துக் கொண்டே....

"அது வந்து" என்று தயங்கியவள், "கூட நீங்களும் இருப்பீங்களா? அண்-ணாவை அடுச்ச மாதிரி என்னை அடுச்சுட்டா" என்று உதடு பிதுக்கியவளைப் பார்த்ததும், பக்கென்று சிரித்து விட்டாள் ஜானகி, விஷ்ணுவும் சிரித்தான்...

"எதுக்குச் சிரிக்கறீங்க நீங்க ரெண்டு பேரும் எங்க அண்ணாவுக்குச் சப்-போட்டா பேசினீங்களா? என்னை மாதிரி ஓரமாகத் தானே நின்னீங்க... அப்பறம் என்னைப் பார்த்து ஏன் சிரிக்கறீங்க, எனக்காவது இந்த தைரியம் இருக்கு உங்க-ளுக்கு அது கூட இல்லை" என்றாள் கோபத்துடன் அபி...

"சரி சரி கோவிச்சுக்காத அபி சும்மா விளையாட்டுக்குத் தான் சொன்னோம். அப்பா அண்ணாவைக் கண்டிக்கும் போது, நானும் அண்ணியும் வாயைத் திறந்தி-ருந்தால் எங்க ரெண்டு பேர் மேலையும் பாஞ்சிருப்பார்... இது தேவையா? எங்க-ளுக்கு. அண்ணாவாச்சு அப்பாவாச்சு அவங்களே பேசிக்கட்டும் சரியா?" என்றான் விஷ்ணு...

அதில் இன்னும் கோபமடைந்த அபி, "அப்ப நீங்க யாரும் அண்ணாவுக்கு ஆதரவா பேசமாட்டீங்க" என்று சிலுப்பிக் கொண்டு நின்றாள்...

அப்போது வந்த கதிர் இதை எல்லாம் கேட்டுச் சிரிப்புடன் தன் தங்கையை அணைத்துக் கொண்டவன், "உன் அண்ணனுக்கு யாரோட ஆதரவும் தேவை-யில்லை அபிமா...

நான் என்ன தவறு செய்தேன் ஆதரவுக்கு ஆள் தேட. படுச்சு வேலைக்கு போற மாதிரி தான் அரசியலும், அதில் சாதிப்பேன்னு நம்பிக்கை எனக்கு இருக்கு... நான் ஜெயிப்பேன் என் செல்லத் தங்கச்சி ஆதரவு இருந்தால் போதாதா" என்றான்...

"அண்ணா என்னோட சப்போர்ட் எப்பவும் உங்களுக்குத் தான்... நீங்க பெரிய ஆளா வருவீங்க அப்ப இவங்க ரெண்டு பேரையும் நாம கவனிச்சுக்கலாம்" என்றாள் அபி...

"அண்ணி எப்படி போட்டுக் கொடுக்குது பாருங்க" என்று விஷ்ணு ஜானகியின் காதில் சொல்லவும், அவள் புன்னகையுடன் அவனைப் பார்த்தாள்...

அதற்கும், "அண்ணா நம்மளைப் பத்தி தான் என்னமோ சொல்றான்" என்று புகார் படித்தாள் அபி.

"விடுமா பார்த்துக்கலாம்" என்றவன் ஜானுவையும் விஷ்ணுவையும் முறைக்க, "நான் உங்களுக்குக் காபி எடுத்து வரேன்" என்று உள்ளே ஓடிவிட்டாள் ஜானகி...

எனக்கு படிக்கற வேலை இருக்கு என்று விஷ்ணுவும் உள்ளே சென்று விட்டான்... "நீயும் போய் படி அபிமா" என்ற கதிர் தன் அறைக்குச் சென்றான்...

கொஞ்ச நேரத்தில் காபியோடு அவன் அறைக்குச் சென்ற ஜானகி அவனிடம் கொடுக்கவும், அதை வாங்கிக் கொண்டவன், "ஏண்டி என் தங்கச்சிட்ட எனக்கு சப்போர்ட் பண்ணாத மாதிரியே காட்டிக்கிட்ட" என்றான் கதிர்...

"அது உண்மை தானே நான் எப்ப உங்களுக்கு சப்போர்ட் பண்ணினேன்" என்றாள் அங்கிருந்த கட்டிலின் கைப்பிடியைக் கீறிக் கொண்டே...

"அதை என்னைப் பார்த்து சொல்லு பார்க்கலாம், உன் மனசு எனக்குத் தெரியாதா? போடி" என்றவன், அவளிடம் காலியான காபி டம்ளரைக் கொடுத்தான்...

வாங்கிக் கொண்டவள் அவன் மேல் அழுத்தமான பார்வையைச் செலுத்தி விட்டுச் சமையலறைக்குச் சென்றாள் ஜானகி...

9

அத்தியாயம் 9

கஜேந்திரன் கதிர் வீட்டில் இருக்கும் போதெல்லாம் ஜாடைமாடையாகப் பேசிப் பார்த்து விட்டார்... கதிர் அவனுடைய பிடிவாதத்திலிருந்து கொஞ்சம் கூட இறங்கி வரவில்லை...

அவன் படிப்பை முடிக்கும் போது அவன் சேர்ந்திருந்த கட்சி மேலிடம், அவனுடைய துடிப்பையும் சேர்ந்த கொஞ்ச நாளிலேயே எல்லாப் பக்கத்திலும் முன்னின்று செய்வதையும் பார்த்து விட்டு, அவனுக்கு முக்கியப் பதவி கொடுத்-தார்கள்...

அதிலிருந்து அவனுக்கு ஏறுமுகம் தான்... படிப்படியாக முன்னேறியவன் முழு-நேரம் அரசியலையே கவனித்தான்...

எந்தப் பகுதியில் என்ன பிரச்சனையாக இருந்தாலும் அவன் முன் நிற்பான்... இது என் எல்லைக்கு உட்பட்ட பகுதி என்று எதையும் பிரித்துப் பார்க்காமல், எல்-லாருக்கும் செய்து மக்கள் மனதில் நீங்கா இடம் பிடித்திருந்தான்...

அவனுடைய அப்பாவுக்கு இது பிடிக்க வில்லை என்றாலும், இனி சொன்னா-லும் அவன் கேட்கும் நிலையில் இல்லை...

அவனே புரிந்து கொண்டு வந்தால் தான் உண்டு, வீட்டில் அவனைப் பேசி ஏன் நிம்மதி இல்லாம செய்யனும், என்று முடிவு செய்து கண்டும் காணாமலும் விட்டுவிட்டார்...

அபியும் விஷ்ணுவும் அண்ணாவுக்குப் பதவி கிடைச்சிருச்சு என்று ரொம்பவும் சந்தோஷப்பட்டார்கள்...

ஆனால் ஜானகிக்கு ஏதோ இனம்புரியாத பரிதவிப்பு இருந்து கொண்டே இருந்தது... சும்மா கட்சியில் இருக்கும் போது ஒன்று தெரியவில்லை. இவனுக்-குன்னு ஒரு பதவி வந்ததும் அவளுக்கு அது மனசில் அழுத்தத்தைக் கொடுத்-தது...

கதிரிடம் சொல்லவும் பயந்தாள். மாமா சொன்ன போதே சண்டைக்கு வந்தவர் நாம சொன்னால் சும்மா இருப்பாங்களா? என்று தன் மனசிலேயே போட்டுப் புழுங்கிக் கொண்டிருந்தாள்...

ஆனால் அவனுக்கு எதிலும் குறை வைக்கவில்லை, காலையில் காபி கொடுப்பதில் ஆரம்பித்து அவனுக்கு எல்லாம் அவளே தான் செய்வாள்...

அவளில்லாமல் அவனால் ஒரு நாளைக் கூடக் கடத்த முடியாது... எழுந்ததும் அவள் சமையலறையில் வேலை செய்து கொண்டிருந்தால் கூட, "ஜானுமா பேஸ்ட் பிரஷ் கொடு, ஜானுமா துணி எடுத்துக் கொடு, ஜானுமா சாப்பாடு கொடு, என்று தொட்டத்திற்கெல்லாம் அவளைத் தான் அழைப்பான்...

அவளும் அவனுக்குச் சகலமுமாக இருந்தாள்... இரவு அவன் நேரம் கழித்து வந்தாலும், அவள் தான் விழித்திருந்து அந்த நேரத்திலும் சூடாகத் தோசையோ சப்பாத்தியோ பூரியோ சுட்டுக் கொடுப்பாள்...

அவனுக்கும் ஒவ்வொரு நேர உணவையும் அவள் கையால் சாப்பிட்டால் தான் திருப்தி... "ஜானுமா இந்தக் குழம்பு செம டேஸ்ட்டுடி" என்று சப்புக் கொட்டிச் சாப்பிடும் போது நெகிழ்ந்து போவாள்...

அதனாலேயே அவனுக்குப் பிடித்ததையே அடிக்கடி செய்து கொடுப்பாள்... கதிர் ஒரு நாள் வீட்டில் இருந்தால் கூட அவனுக்கு மீன் குழம்பு பிடிக்குமென்று செய்து வைத்து விட்டு, "மாமா உங்களுக்கு ரொம்ப பிடிக்கும்ன்னு மீன் குழம்பு வெச்சிருக்கேன் வந்து சாப்பிடுங்க" என்று அவனிடம் செல்லம் கொஞ்சிக் கொண்டு நிற்பாள்...

அவளின் அந்தக் கொஞ்சலான பேச்சும் அவனுக்காக ஆசையுடன் செய்திருப்பதும், அவன் உடல் முழுவதும் ஜிவ்வென்று மின்சாரம் தாக்கியதைப் போல் ஒருவிதப் பரவசத்தைக் கொடுக்கும். இருவருக்குள்ளும் கல்யாணமாகமலேயே புருஷன் பொண்டாட்டி மாதிரி தான் இருந்தார்கள்...

அவர்களுக்கு நெருக்கமும் அதிகமாகியது, வீட்டிற்குள் நுழையும் போதே ஜானுமான்னு கூப்பிட்டுகிட்டே தான் நுழைவான்...

வீட்டில் உள்ளவர்களுக்கும் இதனால் வெகு திருப்தி தான். அதிலும் அவனுடைய அம்மாவுக்கு நாம சொன்ன வார்த்தையிலிருந்து மகன், தன் அண்ணன் பொண்ணை மனைவி மாதிரியே நடத்துவதைப் பார்த்து சந்தோஷப்பட்டவள் கணவனிடம், "ஏங்க ரெண்டு பேருக்கும் கல்யாணம் பண்ணிறலாமா?" என்று கேட்டாள்...

"உன் மகன் என்ன வேலைக்குப் போறான்னு அவனை நம்பி ஒரு புள்ளையக் கொடுக்க முடியும்" என்று கேட்டார் கோபத்துடன்...

"கட்சில சேர்ந்த கொஞ்ச நாளிலேயே அவனுக்கு நல்ல பேரும் நல்ல பதவியும் கொடுத்திருக்காங்க, எனக்கு நம்பிக்கை இருக்கு அவன் நல்ல நிலமைக்கு வரு-

வான்" என்று மகனுக்காக வாதிட்டார் கலைச்செல்வி...

"அதெல்லாம் எனக்கும் தெரியும் இன்னும் கொஞ்ச நாள் போகட்டும், அப்பா அம்மா இல்லாத பொண்ணு நல்ல இடத்துல கல்யாணம் பண்ணிக் கொடுக்கனும். நம்ம சுய நலத்துக்காக நம்ம இஷ்டடப்படி செய்யக் கூடாது" என்று சொல்லி விட்டுச் சென்றார்...

இப்படியே நாட்கள் அதன் போக்கில் சென்று கொண்டிருக்க, கதிருக்கு எம் எல் ஏ போஸ்டிங்குக்கு அவன் கட்சி அவனைத் தேர்ந்தெடுக்க, அவனை விட நீண்ட நாட்களாக அந்தக் கட்சியில் இருந்தவர்கள் அவனுக்கு எதிரிகளாக மாறிப் போனார்கள்...

கண்ணுக்குத் தெரியாத எதிரிகள் அவனைச் சுற்றிலும் இருக்க, அரசியலின் முதல் படியில் நின்று கொண்டிருந்தவனுக்கு, பக்கத்தில் இருந்த எதிரிகளை இனம் காண முடியாமல் போயிற்று...

அனைவருக்கும் ரொம்பவே சந்தோஷமானது... கஜேந்திரன் கூடச் சந்தோஷப்பட்டார், நாம தான் அரசியலைச் சரியாகப் புரிந்து கொள்ள வில்லையோ என்று நினைத்துக் கொண்டார்...

வீடே விழாக் கோலம் பூண்டிருக்க, கலைச்செல்வி குலதெய்வக் கோவிலுக்குப் போய் பொங்கல் வைத்து விட்டு வரலாம் என்று சொன்னார்...

அடுத்த இரண்டு நாளில் குலதெய்வக் கோவிலுக்குச் செல்ல ஏற்பாடு செய்தார்கள்...

கதிர், " நான் வரக் கொஞ்சம் லேட்டாகும் நீ இருடி நாம ரெண்டு பேரும் போகலாம்" என்று ஜானகியிடம் போன் பண்ணிச் சொன்னான்.

கிட்டே இருந்து கேட்ட அபியும், விஷ்ணுவும், "நாங்களும் உன் கூடத்தான் வருவோம்" என்று பிடிவாதம் பிடித்தார்கள்...

"அத்தை நீங்களும் பெரிய மாமாவும் முதல்ல போய் பொங்கல் வைங்க, மாமா வரக்கு லேட்டாகுமாம்... நான், அபி, விஷ்ணு மூன்று பேரும் மாமா வந்ததும் அவர் கூட வரோம்" என்றாள்...

"சரி சீக்கிரம் வந்து சேருங்க கதிர் லேட் பண்ணிறப் போறான். அவனுக்காகத் தான் பூஜையே!! சீக்கிரமா கூட்டிட்டு வந்து சேர்" என்று சொல்லி விட்டு, அவர்கள் இருவரும் முன்னே சென்றார்கள்...

அவர்கள் சென்று கொஞ்ச நேரம் கழித்துத் தான் கதிர் வந்தான்... ரெடியாகி நின்ற மாமன் மகளைப் பார்த்து, விழி விரித்தவனின் விழிகள் இரண்டும் அவளை ஆசையுடன் விழுங்கியது...

"என்ன மாமா அப்படி பாக்கறீங்க என்னமோ இன்னைக்குத் தான் என்னைப் புதுசா பாக்கறதைப் போல" என்று சிணுங்கியவள், "சீக்கரமா குளிச்சுட்டு வாங்க நேரமாச்சு" என்றாள்...

"இன்னைக்கு என் கண்ணுக்குப் புதுசா தாணடி தெரியற" என்று அவள் தோளில் இரண்டு கையையும் போட்டுக் கொண்டு கிட்டே இழுத்தவன், "புடவை-யில நீ அழகா இருக்கேடி" என்று கிறக்கத்துடன் சொல்லி விட்டு அவளைத் தன்னோடு சேர்த்தணைத்துக் கொண்டான்...

முதல் அணைப்பில் அவள் பதட்டமாகிப் போக, "மாமா கோவிலுக்குப் போகனும்" என்று அவனிடம் இருந்து விலகப் பாரத்தாள்...

அவனுடைய அழுத்தமான பிடியில் அவள் உடல் ஜிவ்வென்று சிலிர்த்துக் கொண்டு நின்றது... கதிரின் கையில் அவள் உடலின் சிலிர்ப்பை உணர்ந்தவன், அவள் விழியில் தன் விழிகளைப் பதித்து "ஜானுமா" என்று தாபத்துடன் அழைத்-தான்.

இது சரியில்லை என்று அவள் உள் உணர்வு உணர்த்த, "மாமா அத்தை கோவில்ல பொங்கல் வெச்சுட்டு இருப்பாங்க இதெல்லாம் வேண்டாம்" என்றாள்...

சிரித்துக் கொண்டே அவளை விட்டு விலகியவன், "இதோ இப்ப வந்துறேன் பசிக்குது ரெண்டு தோசை மட்டும் ஊத்திக் கொடுடி" என்று சொல்லி விட்டுக் குளிக்கச் சென்றான்...

அவள் புடவைக்கு மேட்சாக தானும் ஷர்ட் போட்டுக் கொண்டு, கண்ணாடி முன் நின்று அழகு பார்த்துக் கொண்டிருந்தவனிடம் தட்டை திணித்து, "இந்தாங்க சாப்பிடுங்க" என்றாள்...

"ஏண்டி ஊட்டி விட மாட்டியா? நான் வேலை செய்துகிட்டு இருக்கேன்ல" என்றான் கதிர், அவளின் கையில் சாப்பிட வேண்டும் என்ற ஆசையில்...

"மாமா விளையாடாதீங்க நீங்க வேணும்னே பண்றீங்க, அத்தை கோவிலுக்குப் போய் பொங்கலே வெச்சிருப்பாங்க. என்னை நல்லா திட்டப் போறாங்க" என்றாள் கவலையுடன் ஜானகி...

"யாரு உங்க அத்தையா? கேஸ் அடுப்புல சோறாக்கவே நாலு மணி நேரம் பண்ணுவாங்க. இதுல அடுப்பு கூட்டி விறகில் பொங்கல் வைக்க நிச்சயம் லேட்-டாகும்டி, அதுக்குள்ள நாம போயறலாம் சீக்கிரமா ஊட்டி விடுடி உன்னால தான் லேட்டாகுது" என்று அவள் மேல் பழியைப் போட்டு அவளை அவசரப் படுத்தி-னான்...

அவனிடம் மேலும் வம்பு வளர்க்க விரும்பாமல், தோசையைப் பிட்டு ஊட்டி விட ஒரு வாய் சாப்பிட்டவன், "உன் கைப்பக்குவமே தனி தாண்டி" என்று அவள் விரலை வாயில் வைத்துக் கொண்டவன், அதிலிருந்த சின்ன துணுக்கைக் கூட விடாமல் உரிஞ்சியவன், மெல்ல அந்த விரலிலேயே முத்தமிட்டான்...

வெக்கத்துடன் முகம் சிவந்து போனவள், "போங்க மாமா கோயிலுக்குப் போற நேரத்துல" என்று சிணுங்கியவளின் தோளில் கைப் போட்டுக் கொண்டு...

"இப்ப நான் என்னடி பண்ணுனேன் சும்மா உன் விரல்ல டேஸ்ட் ஒட்டி இருக்-கான்னு பார்த்தேன்... உன் கையே டேஸ்டா தான் இருக்குடி, அதான் நீ எது செய்தாலும் அவ்வளவு அருமையாக இருக்கு" என்று புகழாரம் சூட்டிக் கொண்-டிருந்தான் கதிர்...

வெக்கத்துடன், "என் கைய விடுங்க மாமா அபியும் விஷ்ணுவும் வரப் போறாங்க" என்றாள்...

"என்ன அவங்களும் இருக்காங்களா? இதை முதல்லயே சொல்றக்கு என்ன? நான் எதாவது ஏடாகூடமா செய்திருந்தா என்னாவது" என்றான்...

"செய்வீங்க செய்வீங்க" என்று ராகம் பாடியவள், வேகமாக அந்த அறையை விட்டு வெளியேறினாள்... ப்ளேட்டை சமையலறையில் வைத்து விட்டு, எல்லாம் சரியாக இருக்கா என்று ஒரு முறை செக் பண்ணி விட்டு அபி அறைக்குச் சென்-றாள்...

"அபி வா கிளம்பலாம்" என்று அவளையும் அழைத்து விட்டு, அங்கிருந்தே விஷ்ணுவையும் அழைத்தால், அவர்கள் இருவரும் வரவும் கதிரும் வந்து சேர்ந்-தான்...

"என்ன அண்ணா அண்ணி கூட ஜாலியா வரலாம்ன்னு நினைச்சீங்களா? அவ்வளவு சீக்கிரம் விட்ருவோமா?" என்று சொன்ன தம்பியின் காதைப் பிடித்து செல்லமாக திருவியவன், சிரித்துக் கொண்டே அவன் மேல் கைபோட்டு தன்-னோடு சேர்த்து அணைத்துக் கொண்டு, "போகலாமாடா விஷ்ணு" என்றான்...

"போகலாம் அண்ணா" என்றவன், எல்லாரையும் வெளியேறச் சொல்லி விட்டு கதவை லாக் பண்ணினான்... கதிர் டிரைவர் சீட்டில் அமர, விஷ்ணு முன் பக்கம் அமர்ந்து கொண்டான்... அபியும் ஜானகியும் பின் இருக்கையில் அமர்ந்து கொண்டார்கள்... அவர்கள் அனைவரையும் சுமந்து கொண்டு அந்தக் கார் குல-தெய்வக் கோவிலை நோக்கிச் சென்றது...

பாதி தூரம் கூடப் போயிருக்க மாட்டார்கள் ஜானகியின் போனுக்கு கால் வந்-தது... "போச்சு நல்லா மாட்டினோம் அத்தை போன் பண்றாங்க, இவ்வளவு நேர-மான்னு திட்டுவாங்க" என்று சொல்லிக் கொண்டே போனை எடுத்தாள் ஜானகி...

10

அத்தியாயம் 10

போனில் சொன்ன செய்தியைக் கேட்டு பேச்சு வராமல் நெஞ்சைப் பிடித்துக் கொண்டு திக்கியபடி இருந்தவளை அபி, "அண்ணி அண்ணி" என்று பதற்றத்துடன் அழைக்கவும்,

திரும்பி ஜானகியைப் பார்த்த கதிர் அவசரமாகக் காரை ஓரமாக நிறுத்தியவன், ஜானகியைப் பிடித்து உலுக்கி, "ஜானுமா என்னாச்சுடி யார் போன்ல" என்று கேட்டவன், "அபி கீழ விழுந்த போனை எடு" என்றான்...

அபி எடுத்துக் கொடுத்து விட்டு, "அண்ணி" என்று அவள் கன்னத்தைத் தட்டவும், அதற்குள் போனை வாங்கிப் பேசிய கதிர் அதிர்ச்சியின் உச்சத்திற்குச் சென்றவன், பதட்டமான குரலில், "இதோ வந்தர்ரோம்" என்றான்...

விஷ்ணு, "என்னாச்சு அண்ணா" என்று பயத்துடனே கேட்டான்.

, சொல்றேன் என்றவன் காரை வேக வேகமாக கவர்மெண்ட் ஹாஸ்பிடலை நோக்கிச் செலுத்தினான்...

விஷ்ணு தண்ணி பாட்டிலை எடுத்து ஜானகி முகத்தில் அடித்தான்.. அவள் கொஞ்சம் நிதானத்திற்கு வந்தவள், "ஐய்யோ அத்தை மாமா" என்று அழவும், அபி அவளைக் கட்டிக் கொண்டு, "அம்மாவுக்கும் அப்பாவுக்கும் என்னாச்சு" என்றாள் பதறிக் கொண்டு...

விஷ்ணு, "அண்ணா சொல்லு அம்மா அப்பாவுக்கு என்னாச்சு" என்று கேட்டுக் கொண்டிருக்கும் போது, கார் அரசு மருத்துவமனைக்குள் நுழைந்தது...

எல்லாரையும் கூட்டிக் கொண்டு அவசரமாக உள்ளே ஓடினான்... அங்கே அவனுடைய அப்பா இறந்திருக்க அம்மா உயிரைக் கையில் பிடித்துக் கொண்டு ரத்தக் கரையோடு கிடந்தாள்...

கதிர் கண்ணீருடன், "அம்மா" என்று அவர் கையைப் பிடிக்க, அவனிடம் வெறுப்பைக் கக்கியவள், கதறி அழும் விஷ்ணு, அபி, ஜானகி மூன்று பேரையும்

பார்த்துத் தவித்துப் போனாள்...

இப்படி அநியாயமா இவர்களைத் தனியாக விட்டுட்டுப் போறமே பிழைச்சுக்குவாங்களா?, யார் பார்த்துக்குவா என்று ஆயிரம் எண்ணம் மனசுல வந்து போக ஜானகியை அழைத்தவள்,

"ஜானுமா உன்கிட்ட பெரிய பொறுப்பை ஒப்படைக்கறேன்" என்று சொல்லி, அபி விஷ்ணு கையைப் பற்றி, "இவங்க இரண்டு பேரையும் எந்த அரசியல் சாயமும் படாமல், உன் பொறுப்பில் வளர்த்து நல்ல நிலைமைக்குக் கொண்டு வா, கதிரின் நிழல் கூட இவர்கள் மேல் படக்கூடாது...

எனக்கு உன் மேல் நம்பிக்கை இருக்கு எனக்குச் சத்தியம் பண்ணிக் கொடு" என்று மூச்சுத் திணறக் கேட்கும் போது வேறு வழியில்லாமல் சத்தியம் பண்ணிக் கொடுத்தாள் ஜானகி...

"அம்மா எனக்கு ஏன் இவ்வளவு பெரிய தண்டனை. நான் என்ன பாவம் செய்தேன், என் தம்பி தங்கைகளை நான் படிக்க வைக்க மாட்டேனா?" என்று கதறி அழுதான் கதிர்...

அவனை அழுத்தமாகப் பார்த்தவள், "உன்னை அப்பா அரசியலுக்கு வேண்டாம்ன்னு சொல்லும் போது நான் சப்போர்ட் பண்ணினேன். அதுக்கு தண்டனையா இன்னைக்கு நாங்க போன டாக்ஸியில், அடியாட்கள் நாலைந்து பேர் லாரிய விட்டு ஆக்ஸிடெண்ட் பண்ணுனாங்க, எல்லாம் எங்க கண்ணு முன்னால் நடந்துச்சு...

நாங்க செத்தாலும் பரவாயில்லை என் பொண்ணும் பையனுமாவது நல்லா இருக்கனும். என்னை நம்பி என் அண்ணன் பொண்ணு வந்திருக்கா, அவள் வாழ்க்கையும் கேள்விக்குறியாக்கிட்டுப் போறேனே" என்று திக்கித் திக்கி பேசமுடியாமல் பேசி அழுதவள், "ஜானுமா என்னை மன்னுச்சுடுடா" என்று அவள் கையைப் பற்றியதும் அதுவரை பேயறைந்தது போல் இருந்தவள்...

"அத்தை நீங்க நல்லபடியா வருவீங்க தைரியமா இருங்க" என்று கதறினாள்... பக்கத்தில் அழுது கொண்டிருக்கும் அபியையும் கட்டிக் கொண்டாள்... அவர்கள் இருவரையும் பார்த்துக் கொண்டே கலைச்செல்வியின் உயிர் பிரிந்தது... அவர்கள் நான்கு பேரின் கதறலில் மருத்துவமனையே ஆடிப்போனது...

அழுது தீர்த்த கதிர் தான் பெரியவன் எல்லாம் பார்க்க வேண்டு என்று உணர்ந்து, அவனுக்கு ஏற்பட்டிருக்கும் அதிர்ச்சியை ஒதுக்கியவன், மத்த வேலையைப் பார்த்தான்...

மருத்துவ மனையிலிருந்து அம்மா அப்பா பாடியை ஆம்புலென்ஸ் மூலம் வீட்டுக்குக் கொண்டு வந்தவன், இறுதிக் காரியத்தை எந்த விதக் குறையுமில்லாமல் செய்தான்... யாரும் யாரிடம் பேசவில்லை அதுவும் ஜானகி கதிரிடம் பேசவே பயப்பட்டாள்...

பதினாறு நாள் காரியம் முடியும் வரை எதுவும் பேச வேண்டாம் மறுபடியும் பேசிக்கலாம் என்று முடிவு செய்த கதிர், அவர்களைத் தனியாக விட்டான்... விஷ்ணு அவன் அறையில் அடைந்திருக்க, அபியும் ஜானகியும் தங்கள் அறையை விட்டு வெளியிலேயே வரவில்லை...

பதினாறு நாளும் அந்த வீடு இருளடைந்து ஒளி இழந்ததைப் போலக் காணப்பட்டது... பதினாறு நாள் முடிந்து பதினேழாம் நாள் காலையில், தம்பி தங்கை வருங்கால மனைவி மூன்று பேரிடமும் பேசிவிடலாம் என்று முடிவு பண்ணி அவர்கள் அறைக்குச் சென்றான்...

அறை வெறுமையாக இருக்க, தம்பி அறைக்குச் சென்று பார்த்தான்... அங்கேயும் யாரும் இல்லாததால் அவன் மனதில் சுருக்கென்று தைத்தது போல் இருந்தது... ஏதோ சரியில்லை என்று அவன் மனம் அடித்துச் சொல்ல, பதற்றத்துடன் எல்லாப் பக்கமும் தேடினான்... எங்கேயும் யாரும் இல்லை எந்த தகவலும் இல்லை...

பைத்தியம் பிடுச்ச மாதிரி அதே இடத்தில் அமர்ந்து விட்டான்... அடுத்து என்ன செய்வது என்றும் புரியவில்லை, உலகமே இருண்டு போனது போல் ஒரு மாயத் தோற்றம் உண்டாகி, அவனை நிலைகுலைய வைத்தது...

அவர்களைப் பத்தி போலீஸிலோ செய்தித்தாளிலோ விளம்பரம் கொடுக்க அவனுக்குப் பயமாக இருந்தது... எங்கே அம்மா அப்பாவைக் கொலை செஞ்ச மாதிரி, அவங்களுக்கு தெருஞ்சு இவர்களையும் எதாவது பண்ணிட்டா என்ன பண்றதுன்னு நினைத்துக் கொண்டு அவனே தேடினான்...

அம்மா அப்பாவை யார் கொன்னிருப்பாங்க என்று கண்டுபிடிக்க டிடெக்டிவ் ஏஜென்சியை நாடி இருந்தான்... அவர்களிடம் போன் பண்ணிக் கண்டு பிடுச்சீங்களா என்று விசாரித்தவனுக்கு, இதைச் சொல்ல மனம் வரவில்லை, இந்த விஷயத்தில் யாரையும் அவன் மனம் நம்ப மறுத்தது...

அவர்கள் இல்லா வீடு அவனுக்குப் பாலைவனமாகக் காட்சி தந்தது... வீட்டிற்குள் நுழைந்தாளே அவன் கண் முதலில் ஜானகியைத் தான் தேடியது, சாப்பிடாமல் தூங்காமல் விரக்தியின் உச்சத்தில் பைய்த்தியகாரன் போல் இருந்த நேரத்தில் பழக்கமானவன் தான் குமரன்...

குமரனுக்கு எந்த விஷயமும் தெரியலை என்றாலும், அவனுக்கு ஆறுதலாக இருந்தான்... தன் துயரத்தை மனசுக்குள் போட்டுப் புழுங்கியவன், நான் கட்ச்சில மேல வரக் கூடாதுன்னு தானே இதைச் செய்தாங்க என்ற நினைவு வர, வெறிகொண்டு எழுந்தவன் கட்சியில் அடுத்தடுத்த பதவிகளுக்காக உழைக்க ஆரம்பித்தான்...

தன் தாய் தந்தையைக் கொன்றவனை இனம் கண்டு, வேரோடு துடிக்கத் துடிக்க களையெடுத்தான் அந்த இளம் அரசியல்வாதி... அவனுக்கு அடுத்தடுத்து

வாழ்க்கையில் முன்னேற்றம் பெருகிக் கொண்டே செல்ல, அவன் மனம் மட்டும் அதே இடத்தில் தவித்துக் கொண்டு நின்று விட்டது...

வீட்டிற்குள் நுழையும் போதே அவள் பெயரை உச்சரிக்கும் நாக்குக்கு, அவனால் பதில் சொல்ல முடியவில்லை... அவன் அறையில் அவளுடைய வாசம் இல்லாமல் அந்த அறையே வெறுப்பாகத் தோன்றியது... ஜானு இல்லாமல் வாழ்க்கையில் ஜடமாகிப் போனான் கதிர்...

அவன் தம்பி தங்கையைப் பத்தி அவனுக்குக் கவலையே இல்லை... எப்படியும் ஜானகி நல்ல முறையில் எங்க அம்மா ஸ்தானத்திலிருந்து பார்த்துக் கொள்வாள் என்ற நம்பிக்கை அவனுக்கு இருந்தது...

அம்மா உங்க பையன், பொண்ணு, வாழ்க்கையப் பாதுகாக்க என்னைப் பழி கொடுத்துட்டீங்களே, என்று அவன் மனம் அவ்வப்போது அரற்றிக் கொண்டிருந்தது...

நாட்களும் வேகமாகச் செல்ல அவனுக்கு அமைச்சர் பதவி கிடைக்கும் போது, கூட அவனால் சந்தோஷம் கொள்ள முடியவில்லை...

தன்னை ஏதோ ஒரு மூலையிலிருந்து தன்னவள் பார்த்துக் கொண்டிருப்பாள், என்ற சுகத்திலேயே நாட்களைக் கடத்திக் கொண்டிருந்தான்...

எப்படியும் அம்மா அவளிடம் சொன்ன மாதிரி, அவங்க இரண்டு பேரையும் நல்லா படிக்க வெச்சு கல்யாணம் பண்ணிக் கொடுத்துட்டு, என்கிட்டே வந்துருவா அது வரை நாம காத்திருக்கனும் என்று அவன் புத்திக்கு உரைத்தது... அதை அவன் மனம் ஏற்காமல் தவித்தது...

பழைய நினைவுகளிலிருந்து மீண்டவனுக்கு, அப்போதே அவளைப் பார்க்க வேண்டும் என்ற துடிப்பு எழுந்தது... எனக்குச் சொந்தமானவளைப் பார்க்க என்னால முடியலை, எத்தனை செல்வாக்கு இருந்து என்ன பிரயோஜனம்...

நாளைக்கு நான் போய் அவளைப் பார்த்தாளும் என் கூடச் சந்தோஷமாகவா பேசப் போறா, இல்லை கூப்பிட்டதும் வந்துரப் போறாளா? நான் என்னமோ ஆள் வெச்சு கொன்ன மாதிரி, ஏன் என் மேல் இத்தனை கோபப் படறாங்க...

நான் மட்டும் எங்க அப்பா அம்மாவைக் கொன்றவனை சும்மா விட்டு விடுவேனா அடியோடு கருவறுத்தேனே, எந்த தொழிலில் எதிரி இல்லை... இதே நான் பிஸ்னெஸ் மேனா இருந்தா மட்டும் எதிரி இருக்க மாட்டானா? அதை ஏன் அம்மா புருஞ்சுக்காம போனாங்க...

என்னை மட்டும் தனியா நிறுத்திட்டு அவங்களை ஒன்னா இருக்க வெச்சுட்டாங்களே, இந்த ஜானு அம்மா சாகும் தறுவாயில் சொன்னதை பிடுச்சுகிட்டு, என்னை இப்படி பாடாய்ப் படுத்தி எடுக்கக் கூடாது...

எப்படியும் அவங்க இரண்டு பேருக்கும் கல்யாணம் பண்ணிட்டு என்கிட்ட தான வருவ. அப்ப இருக்குடி உனக்கு இத்தனை நாளா என்னை படுத்தியதற்கு

உன்னை சும்மா விடமாட்டேன், என்று கருவிக் கொண்டே படுத்துத் தன் காதலி-யைக் கனவில் காண ஆரம்பித்தான் கதிர்...

11

அத்தியாயம் 11

அடுத்த நாள் காலையில் எழுந்ததும் கதிருக்கு ஜானகியின் நினைவு மனதைத் தாக்க, குமரனுக்கு போன் பண்ணி, "ஜானு அங்க வந்திருக்காளா?" என்று கேட்டான்...

"இல்லை உன் தம்பி விஷ்ணு வந்து இனி அண்ணி வேலைக்கு வரமாட்டான்னு சொல்லிட்டுப் போனான்" என்று சொன்னதும், "சரிடா" என்று சொல்லி விட்டுப் போனை வைத்தான்...

கதிருக்கு ஜானகியைப் பார்க்க அந்த வீட்டுக்குச் செல்ல மனம் பரபரத்தது. அப்படிப் போனால் எங்கே மறுபடியும் தன்னிடமிருந்து மறைந்து விடுவார்களோ என்று பயத்திலேயே, அங்கு செல்லாமல் தன்னைக் கட்டுப் படுத்திக் கொண்டிருந்தான்...

அவங்க இரண்டு பேரும் தான் அப்படின்னா, இந்த அபியும் அவங்க கூடச் சேர்ந்துகிட்டு என்னைப் படுத்துது, என்ற எண்ணத்துடன் குளியலறைக்குள் புகுந்து கொண்டான்...

நேற்று இரவு வந்ததும் இன்னைக்கு மட்டும் என்னைத் தனியா விடுங்க... விஷ்ணு காலைல போய் நான் வேலைக்கு வரலைன்னு சொல்லிரு. யாரும் என்னைத் தொந்தரவு பண்ணாதீங்க. என்று சொல்லிவிட்டு அறைக்குள் சென்ற ஜானு, விடுஞ்சு இவ்வளவு நேரமாகியும் வெளியே வரவில்லை என்று கையைப் பிசைந்து கொண்டு காத்திருந்தார்கள்... கொஞ்ச நேரத்தில் அவளே கதவைத் திறந்து கொண்டு வெளியில் வந்தாள்...

கண்ணெல்லாம் கோவைப்பழமாகச் சிவந்து வீங்கி இருந்தது... பார்த்ததும் தெரிந்தது அவள் தூங்காமல் அழுது கொண்டிருந்திருக்கிறாள் என்று ஓடிப் போய் அவளை அணைத்துக் கொண்டாள் அபி...

"அண்ணி நாம அண்ணா கூடவே போகலாம் எனக்கும் அண்ணாவைப் பார்க்கனும் போல இருக்கு" என்றாள்... விஷ்ணு எதுவும் பதில் சொல்லாமல் அமர்ந்திருந்தான்...

"போகலாம் இப்ப வேண்டாம் உனக்குக் கல்யாணம் பண்ணிட்டுப் போகலாம். அது வரை யாரும் இந்தப் பேச்சை எடுக்க வேண்டாம்" என்று சொன்னவள், "நீங்க ரெண்டு பேரும் காலேஜ் கிளம்பலையா?" என்று கேட்டாள் ஜானகி...

"உன்னைத் தனியா விட்டுட்டு எப்படி போறது அண்ணாவுக்கு இந்நேரம் நம்ம வீடு தெருஞ்சிருக்கும், அவரே வந்தாலும் வருவாரு அதான்" என்று இழுத்தான் விஷ்ணு...

லேசாக புன்னகைத்தவள், "உங்க அண்ணன் நேத்தே எல்லாம் கண்டு புடுச்சு நாம தப்பிச்சுப் போகாம இருக்க நம்மளைக் கண்காணிக்க ஆள் போட்டிருப்பார். ஒரு முறை தான் ஏமாறுவாரு இனி ஏமாத்த முடியாது...

அவர் வீட்டுக்கு எல்லாம் வரமாட்டார். நீங்க எந்தக் கவலையும் இல்லாம போங்க, நான் வேற வேலை எதாவது கிடைக்குமான்னு போய் தேடிப் பார்க்கிறேன்... இந்த வேலையைத் தான் விட்டாச்சு வேறே வேலை வேண்டுமே" என்று சொல்லி விட்டுச் சமையலறைக்குச் சென்றாள்...

பாதி வேலையை அபி முடித்திருக்க மீதியைச் செய்து முடித்து விட்டு, அவர்கள் இருவரையும் கல்லூரிக்கு அனுப்பிவிட்டு தானும் குளித்துத் தயாரானாள். நைட்டும் சாப்பிடாததால் வயிரு பசியில் தன் ஆட்டத்தைக் காட்ட, அதை அடக்கக் கொஞ்சம் அதற்குத் தீனி போட்டாள்...

வீட்டைப் பூட்டி விட்டு வெளியில் நடக்கும் போதே கண்களைச் சுற்றிலும் சுழல விட்டாள்... அதிக ஆட்கள் நடமாட்டம் இருக்காத அந்த வீதியில், இப்பொழுது ஆங்காங்கே ஆட்கள் நடமாட்டம் இருந்தது...

அவளுக்கு இடது சந்தின் முடிவில் இரண்டு பேர் நின்று பேசிக் கொண்டிருந்தார்கள்... அதெல்லாம் அவனுடைய ஆட்கள் தான் என்று அவள் மனம் அடித்துச் சொல்ல வேகவேகமாக நடந்தாள்...

அவர்கள் பின்னே வருவது தெரிந்தும் கண்டு கொள்ளாமல் சென்றவள், சில கடைகளில் சென்று வேலை கேட்டுப் பார்த்தாள்... எல்லாரும் இப்பத் தான் மா போட்டோம் என்று சொன்னார்கள். ஒரு கடையிலும் தேவைன்னா சொல்றோம் என்று அவள் போன் நம்பரை வாங்கிக் கொண்டார்கள் இன்னொரு கடையில்....

இப்படியாக அன்று மாலை வரை சுற்றிச் சலித்தவள், தான் எப்போதும் சாமான் வாங்கும் டிபார்ட்மெண்ட் ஸ்டோரில் சமையலுக்குத் தேவையான பொருட்களை வாங்கச் சென்றவள், எல்லாம் வாங்கிக் கொண்டு பில் போட்டு பணம் கொடுக்கும் போது, "இங்க வேலைக்கு ஆள் வேணுமா?" என்று கேட்டாள்...

"ஆமாம் மா கம்யூட்டரில் பில் போட தேவை. இந்தப் பொண்ணு இன்னும் ஒரு மாசம் தான் வரும் கல்யாணமாகிப் போயிரும். ஏன்மா ஆள் இருக்கா?" என்றார் கடைக்காரர்..

"நான் வரேன் சார் எனக்கு பில் போட இரண்டு நாள் சொல்லிக் கொடுத்தாள் போதும்" என்றாள் ஜானகி...

"ஒ சந்தோஷம் வாம்மா நாளையிலிருந்து வேணாலும் வந்து இந்த பொண்ணுகிட்டயே எல்லாம் கத்துக்க" என்று சொன்னார் கடை உரிமையாளர்...

"ரொம்ப நன்றிங்க" என்று சொல்லி விட்டு வேலை கிடைத்த சந்தோஷத்துடன் வீட்டிற்குச் சென்றாள்...

அபியும் விஷ்ணுவும் கல்லூரி விட்டுத் திரும்பி வரும் போது, ஆட்கள் நடமாட்டம் அதிகம் இல்லாத இடம் வரும் வரை பொறுத்திருந்து, அவர்கள் முன்பு போய் நின்றான் கதிர்...

விஷ்ணு அவனைப் பார்த்ததும் முறைக்க, அபி அவனைப் பார்த்ததும் நடுரோடு என்றும் பாராமல் ஓடிச் சென்று அவனை அணைத்துக் கொண்டாள்... கேவிக் கேவி அழுதவளை முதுகில் தட்டிக் கொடுத்து சமாதானம் செய்தவன், "இந்த அண்ணனைப் பார்க்கும் வரை உனக்கு ஞாபகம் வரலையா? மறந்துட்டயா? அபி" என்றான் கதிர்...

"இல்லை அண்ணா அண்ணி பாவம் அவளை மீறி என்னால எதுவும் செய்ய முடியாது" என்றாள் அழுது கொண்டே, தன் குடும்பத்தை அவள் கைக்குள் வைத்து ஆட்டுவிப்பதைப் பார்த்து பொறாமைப்பட்டான்...

"இந்த அண்ணனை விட உனக்கு அவள் தான் முக்கியமாகப் போய் விட்டதா?" என்றான் கதிர்...

அவள் பதில் சொல்ல முடியாமல் தடுமாறியவள், "அண்ணா ரெண்டு பேருமே வேணும்" என்றாள் அழுது கொண்டே...

கண்களை மூடி ஆழ்ந்து சுவாசித்தவன், அதுவரை தன்னை அழுத்திக் கொண்டிருந்த கேள்வியை அவளிடம் கேட்டான்...

"அபி அம்மாவும் அப்பாவும் இறந்து போனதும், உங்களுக்கு இருக்கும் வருத்தமும் துக்கமும் எனக்கும் இருக்கும்... அந்த சமயத்துல என்னை மட்டும் தனியாக விட்டுட்டு நீங்க மூனு பேரும் போய்ட்டீங்களே, என் நிலமைய நினைச்சுப் பார்க்கக் கூட உங்களுக்குத் தோணலையா?" என்றான்...

அண்ணனின் வேதனை நிறைந்த முகத்தைப் பார்க்க முடியாமல் அழுது கரைந்தவள், "அப்படி இல்லை நல்ல தூக்கத்துல இருக்கும் போது அண்ணி வந்து வா போகலாம்ன்னு கூப்பிட்டாங்க. அது அப்படியே அம்மா குரல் மாதிரியே இருந்துச்சு அண்ணா, அதை மீறி ஒரு வார்த்தை எங்கேன்னு கூட எனக்குக் கேட்கத் தோணலை...

இப்பவும் எனக்கு விஷ்ணு அண்ணாவை விட, அண்ணியை விட, உங்களைத் தான் பிடிக்கும்... ஆனால் அண்ணியை மீறி வரமாட்டேன் அண்ணா" என்றாள் அபி...

விஷ்ணு அண்ணி நீ ஜெயிச்சுட்ட இந்த ஒரு வார்த்தை போதும் உன் வளர்ப்புக்குச் சான்று, என்று மனசுக்குள் சொல்லிக் கொண்டான்...

"உன் அண்ணியிடம் எனக்காகப் பேசறையா? அபி. நான் எவ்வளவோ பேசிப் பார்த்துடேன் அவ அவங்க அத்தை மாதிரியே பிடிவாதக்காரியா இருக்கா. மாமியாரும் மருமகளும் சேர்ந்து என் வாழ்க்கையப் பணையம் வெச்சு விளையாடிட்டாங்க. கூடப் பிறந்தவங்களும் அதுக்குத் துணை போறாங்க" என்றான் வருத்தத்துடன்...

அதற்குள் விஷ்ணு, "அபி லேட்டாச்சு அண்ணிக்கு தெருஞ்சா திட்டுவா வா போகலாம்" என்றான்...

அவனை முறைத்த கதிர், "நீயும் ஏண்டா இப்படி பண்றே" என்றான்...

"நான் அப்ப சொன்னது தான் இப்பவும் சொல்றேன். அண்ணி எப்ப உன் வீட்டுக்கு வந்தாலும் பின்னாடியே நானும் வந்துருவேன்...

அம்மா சாகும் போது ஏதோ அதிர்ச்சியில இப்படி ஒரு சத்தியத்தை வாங்கிட்டாங்க அதை நான் பெரிய விஷயமாகவே நினைக்கலை...

இப்ப அம்மா உயிரோடு இருந்திருந்தால் உன் மேல எந்த தப்பும் இல்லைன்னு புருஞ்சிருப்பாங்க. நீ எங்ககிட்ட பேசறக்கு அண்ணிட்ட பேசு என்று சொல்லி விட்டு, அபி கையைப் பிடித்து இழுத்துக் கொண்டு சென்றான்...

அண்ணனைத் திரும்பிப் பார்த்துக் கொண்டே விஷ்ணு பின்னால் சென்றாள்... அவர்கள் செல்லும் திசையையே பார்த்துக் கொண்டிருந்தான் கதிர்...

அடுத்த நாள் காலையில் ஜானகி வேலைக்குச் செல்லும் போது அந்த வீதியே மாறி இருந்தது... பார்க்கும் இடமெல்லாம் கார் பைக் என்று நிரம்பி இருந்தது... அதை வேடிக்கை பார்த்துக் கொண்டே கடை முன்பு வந்து, வாசப்படி ஏறும் போது ஏதோ உருத்த, தன்னை யாரோ பார்த்துக் கொண்டிருப்தைப் போல் உணர்ந்தாள்...

சுற்றிலும் பார்வையை ஓட்டியவள் மேலேயும் பார்க்க, மாடியிலிருந்து அவளை வெச்ச கண் வாங்காமல் பார்த்துக் கொண்டிருந்தான் கதிர்...

அங்கே அவனைப் பார்த்ததும் தூக்கி வாரிப் போட, அப்படியே நின்று விட்டாள் ஜானகி... சிரித்துக் கொண்டே கதிர் கீழே இறங்கி வர, இவள் கடைக்குள் சென்று விட்டாள்... கடை உரிமையாளர் அவளிடம், "வந்துட்டியாமா? நீ வந்த நேரம் இந்த வீதியே கூட்டமா இருக்கு" என்று சொல்லி விட்டு, பில் போடும் பெண்ணை அழைத்து, "இந்தப் பெண்ணுக்கு எல்லாம் சொல்லிக் கொடு" என்று சொன்னார்...

அந்தப் பெண்ணும், "வாங்க" என்று அழைக்க, அதே நேரம் கதிர் கடைக்கு வந்தான்... உரிமையாளர் வாயெல்லாம் பல்லாக, அவர் உயரத்தில் பாதியாகக் குறைந்து, "என்ன வேணும் சார் சொல்லுங்க எடுத்துட்டு வரச் சொல்றேன்" என்றான்...

"அதெல்லாம நானே பார்த்துக்கறேன் என் கூட வாங்கிப் போட மட்டும் ஒரு ஆள் வரச் சொல்லுங்க" என்றான் கதிர்...

கடை உரிமையாளர் சேல்ஸில் இருக்கும் ஒரு பெண்ணை அழைக்க, "இதோ இந்தப் பெண்ணையே வரச் சொல்லுங்க" என்றான் ஜானகியை கை காட்டி...

அவரும், "போம்மா இந்த வேலைய முடுச்சுட்டு வந்து பில் போடறதை கத்துக்கமா" என்றார்...

அதுவரை அதிர்ச்சியில் இருந்தவள், என்ன செய்வது என்று புரியாமல் அவன் பின்னே கூடையைத் தூக்கிக் கொண்டு சென்றாள் ஜானகி...

12

அத்தியாயம் 12

ஜானகியை இடித்துக் கொண்டே நடக்க, அவள் அவனை முறைத்து விட்டு விலகி நடந்தாள்...

"என்னடி காலைலயே மாமன் உனக்கு எப்படி வரவேற்பு கொடுத்தேன் பார்த்தியா? உனக்காக என் ஆபீஸையே இங்கே மாத்திட்டேன்" என்றான்...

"நான் இந்த வேலைய விட்டு வேறு வேலைக்குப் போனால் என்ன பண்ணுவீங்க" என்று கேட்டாள்...

"நான் இந்த ஆபீஸை நடமாடும் ஆபீஸா தான் வெச்சிருக்கேன், நீ எங்கெல்லாம் போறையோ அங்கெல்லாம் நானும் என் ஆபீஸும் வந்துருவோம்" என்றான் சிரிப்புடன்...

"ஏன் இப்படி பண்றீங்க இன்னைக்குத் தான் இங்க வேலைக்குச் சேர்ந்திருக்கேன், வந்ததும் இப்படி பண்ணினா எல்லாரும் என்னைப் பார்த்து என்ன நினைப்பாங்க" என்றாள் கோபத்துடன்...

"என்னமோ நினைச்சுட்டுப் போகட்டும் எப்படி நினைச்சாலும் உன்னையும் என்னையும் மட்டும் தானே சேர்த்து நினைப்பாங்க" என்றான் கண்ணசைத்து மையலுடன்...

"நல்லவிதமா நினைக்க மாட்டாங்க மாமா. வேலை செய்யும் இடத்தில் எனக்குத் தான் அசிங்கமா இருக்கும், சொன்னா புருஞ்சுக்குங்க. நான் எங்கயும் போயிர மாட்டேன். கிணத்து தண்ணிய வெள்ளமா வந்து தூக்கப் போகுது... எப்ப இருந்தாலும் உங்ககிட்ட தான் வருவேன், உங்களை விட்டா எனக்குன்னு வேற யார் இருக்காங்க, அதுவரை கொஞ்சம் தள்ளி இருங்க" என்றாள்...

"அதெல்லாம் முடியாது இத்தனை வருஷமா மூனு பேரும் சேர்ந்து என்னை ஒருத்தனை அனாதையாக்கியது பத்தாதா? எனக்குன்னு கூடப் பொறந்தங்க கட்டிக்கப் போறவ, எல்லாம் இருந்தும் தனிமரமா நிற்க வேண்டிய நிலை வந்துருச்சு...

இனி எங்க போனாலும் உன் கூடவே இருப்பேன், நீ உன் கடமையை முடிக்கும் வரை உனக்குக் காவலாக" என்றான் கதிர்...

அதற்கு மேல் அவனிடம் விதண்டாவாதம் பண்ணாமல், "சரி என்ன வேணும் எடுத்துப் போடுங்க" என்றாள்...

ஷாம்பு சோப்பு செண்ட் பாட்டில் இப்படி கைக்கு வந்ததை எல்லாம் எடுத்-தான்... "இதெல்லாம் எதுக்கு எடுக்கறீங்க" என்று அவனை முறைத்து விட்டு எல்லாம் எடுத்த இடத்தில் வைத்தவள்,

அவனுக்கு என்ன தேவை என்பதைப் பார்த்து எடுத்துப் போட்டாள்... அவள் எடுத்ததை எல்லாம் மனசுக்குள் குற்றாள அருவியே ஊற்றுவது போல், பார்த்துக் கொண்டே சென்றான்...

"என்னைப் பற்றி முழுசா தெருஞ்சு வெச்சிருக்கவ நீ மட்டும் தாண்டி. எனக்கு என்ன வேணும், வேண்டாம், என்று உன்னை விட யாருக்குத் தெரியப் போகுது... உன் கைமனத்தை சாப்பிட்டு எவ்வளவு வருஷமாச்சு, இன்னைக்கு என்ன சமைச்ச" என்றான்... அவள் கண்ணில் நீர் கோர்த்துக் கொள்வதைப் பார்த்துப் பதறிப் போனான்...

"ஜானுமா" என்று அவள் பெயருக்கும் வலிக்குமோ என்பது போல் அழைத்த-வன், "நான் உன்னை காயப்படுத்திட்டேனா?" என்றான்...

இல்லை என்பது போல் தலையசைத்தவள், "உங்களுக்கு பிடிச்ச எதையும் நான் சமைக்கறதில்லை" என்றவள், அவனுக்காகத் தேர்ந்தெடுத்த பொருட்களை எல்லாம் பில் போடும் இடத்தில் கொண்டு போய் வைத்தாள்...

அவனும் பின்னாடியே சென்றவன், உரிமையாளர் எழுந்து வந்து அவன் அரு-கில் நிற்கவும், பில் போட்டு எடுத்து வந்து அவனிடம் கொடுத்தாள்...

அவள் கையோடு சேர்த்து பையை வாங்கியவன் விடாமல் அப்படியே பிடித்-திருக்க, அவள் கையை எடுக்க முடியாமல் நெளிய, அவன் சிரித்துக் கொண்டே பிடியைத் தளர்த்தினான்...

உரிமையாளரை வெளியில் வரை கூட்டிச் சென்றவன், "ஸார் தினமும் வந்து வாங்குவேன் உங்களுக்கு ஒன்னும் பிரச்சனை இல்லையே" என்றான் கதிர்...

"என்ன இப்படி சொல்லிட்டீங்க் நீங்க என் கடைக்கு வருவது எவ்வளவு கவு-ரவம் தெரியுமா? எனக்கு" என்றார் பரவசத்துடன்...

"அப்ப சரி எம் பொண்டாட்டிக்கும் எனக்கும் சண்டை அவ கோவிச்சுகிட்டு வெளில வந்துட்டா. அவளைப் பார்க்க நான் வரும்போதெல்லாம் நீங்கப் பொருள் எடுக்க என் கூடவே அனுப்பி வெச்சுருங்க" என்று சொன்னான்.

அதிர்ந்து போனவர், "என்ன ஸார் சொல்றீங்க? உங்க பொண்டாட்டியா? யாரு இப்ப வேலைக்குச் சேர்ந்துச்சே அந்தப் பொண்ணா? ஸாரி சேர்ந்தாங்களே அந்த பொண்ணாங்க ஸார்" என்றார் பவ்வியமாக மரியாதையுடன்...

"கரெக்டா கண்டு பிடிச்சுட்டீங்களே" என்று சிரித்தான் கதிர்...

"அப்போ அவங்களுக்காகத் தான் உங்க ஆபீஸ் இங்க வந்துச்சா ஸார்" என்றார் கடைக்காரர் வியப்புடன்...

ஆமாம் என்பது போலப் புன்னகைக்கும் போது, அவனுடைய ஆட்கள் வந்து பார்சலை வாங்கிச் செல்ல, கதிரும் அவரிடம் விடைபெற்றுக் கொண்டு, "உங்களுக்கு தெருஞ்ச மாதிரி காட்டிக்காதீங்க" என்று சொல்லிச் சென்றான்...

பில் போடும் இடத்தில் இருந்தாலும் அவனின் மேல் பார்வையை வைத்திருந்தவள், அவன் செல்லும் போது திரும்பி அழுத்தமாகப் பார்க்க, அவள் தன் விழிகளைத் திருப்பிக் கொண்டாள்... அதைச் சிரிப்புடன் பார்த்தவன், அவ்வளவு எளிதா என்னை விட்டு விலகிப் போக முடியும்ன்னு நினைச்சியா? என்று மனதில் நினைத்துக் கொண்டு, எதிர் கட்டிடத்திற்குள் நுழைந்தான்...

ஜானகிக்கு அவனை எப்படி தவிர்ப்பது என்று புரியவில்லை... சொன்னாலும் புரிந்து கொள்ள மாட்டாங்க, அபிக்கு கல்யாணம் ஆகற வரைக்கும் எப்படியாவது தாக்கு பிடுச்சுட்டேனா போதும், அதுக்குப் பிறகு மாமாவோடு போயிரலாம் விஷ்ணுவை என்னோட வெச்சுக்குவேன்...

அத்தை இப்படி ஒரு சத்தியத்தை வாங்கி உங்க மூத்த பையனை அனாதை ஆக்கிட்டீங்களே. அவருக்காக எதுவும் செய்ய நான் தயாராக இருக்கேன், ஆனா என்னால முடியலையே சீக்கிரமா உங்க வாக்கை காப்பாத்தி அபிக்குக் கல்யாணம் பண்ணி வெச்சிருவேன்...

விஷ்ணுவை என்ன செய்யட்டும்? அவனைப் பார்த்தால் உங்க மூத்த பையன் இதுக்கு மேல இருக்கமாட்டார். நீங்களே எனக்கு ஒரு வழி சொல்லுங்களேன், இப்படி இருதலைக் கொள்ளி எறும்பா தவிக்கிறேனே, என்று மனதில் புலம்பிக் கொண்டிருந்தாள்...

ஒரு வாரம் இப்படியே செல்ல, கடைக்காரரும் ஜானகியிடம் எதுவும் தெரிந்ததாகக் காட்டிக் கொள்ளாமல், ஆனாலும் மரியாதையுடன் நடத்தினார்... இந்த ஒரு வாரத்தில் ஒரு பத்து முறையாவது கடைக்கு வந்திருப்பான் கதிர்...

தொடர்ந்து இரண்டு நாள் வராததால் அவளுக்கே என்னாச்சு? ஏன் வரலை என்று மனம் அவனிடமே சென்றது... அவள் இரு விழிகளும் எதிர் கட்டிடத்தில் தன் கண்ணுக்கு உரிமையானவன் தெரிகிறானா? என்று பார்த்துக் கொண்டிருந்தது...

அன்று இரவு எட்டு மணிக்கு அவள் வேலை முடிந்து வீடு செல்ல வெளியே வரவும், அவளுக்கு முன்பே தயாராக வந்து நின்றிருந்தான் கதிர்...

அவனைப் பார்த்ததும் கொஞ்சம் நிம்மதியாக உணர்ந்தாள்... இத்தனை வருஷமா அவன் தனியாகத் தானே இருந்தான், அப்போ இந்த அக்கரை எல்லாம் எங்கே போச்சு, என்று அவள் மனசாச்சி இடித்துரைக்க அதை ஒதுக்கித் தள்ளி-

விட்டு அவனைப் பார்த்தாள்...

"வேலை முடுஞ்சுதாடி போகலாமா? என்றான்.

"எங்கே" என்று கேட்டாள் ஜானகி யோசனையுடன்...

"உன் வீடு வரை வந்து உன்னைப் பாதுகாப்பா விட்டுட்டு வரேன்" என்றான்...

"ஐயோ நானெல்லாம் உங்க காரில் வரமாட்டேன் என்னை விட்டிருங்க" என்று பதறிப் போய் அவனை விட்டு ஒரு அடி தள்ளிப் போய் நின்றாள்...

"உனக்கு அந்தளவுக்குக் கஷ்டத்தைக் கொடுக்க மாட்டேன். வாடி நானும் உன்னோட நடந்து தான் வரேன்... உன்னை விரும்புன பாவத்துக்கு நீ இன்னும் என்னை எப்படி எல்லாம் படுத்தி வைக்கப் போறையோ" என்று சொல்லிக் கொண்டே, கையைப் பிடித்து இழுத்துச் சென்றான்...

"கையை விடுங்க நானே வரேன் யாராவது பாத்திரப் போறாங்க" என்று தயங்கியபடி சொன்னாள்...

"யார் பார்த்தாலும் எனக்குக் கவலை இல்லை, உன் கடமைய முடிக்கும் வரை உனக்குத் துணையா இருப்பேன், விலகி இருக்க மாட்டேன் சரியா?" என்று சொல்லிக் கொண்டே அவளோடு நடைப் பயணமாகச் சென்றவன், அந்த வழியில் இருக்கும் பிள்ளையார் கோவில் வந்ததும், "வா சாமி கும்பிட்டு போகலாம்" என்றான்...

"வேண்டாம் மணி ஆகிருச்சு கோவில் பூட்டி இருப்பாங்க இப்ப யாரும் இருக்க மாட்டாங்க" என்றாள்...

"பூட்டி இருந்தாலும் நாம போனால் பாக்கற சக்தி கடவுளுக்கு இருக்குடி, நாம தான் கடவுளைப் பார்க்க முடியாது, அவர் பார்த்துட்டுத் தானே இருப்பார் நீ வாடி" என்று இழுத்துச் சென்றான்...

இருவரும் சாமி கும்பிடவும் அவள் கண்மூடி இருக்கும் போது, அவன் கையோடு கொண்டு வந்திருந்த தாலிக் கொடியை அவள் கழுத்தில் போட்டு விட்டான்.

அதிர்ச்சியில் உறைந்து போய் பார்த்துக் கொண்டிருந்தாள் ஜானகி...

"ஜானு" என்று அவன் பிடித்து உழுக்கவும், சுயத்திற்கு வந்தவள் அவனைப் பிடித்து அடித்தாள்... "ஏன் மாமா இப்படி பண்ணுனீங்க, இவ்வளவு நாள் பொருத்திருந்தவங்க இன்னும் கொஞ்ச நாள் பெருத்திருக்கக் கூடாதா? இப்படி யாருக்கும் தெரியாம கல்யாணம் பண்ணிக்கனுமா?" என்று அழுதாள்...

"விடுடி நம்ம தலையெழுத்து இப்படித் தான் இருக்கும் போல. இதுக்கு மேலயும் உன்னை எனக்கு உரிமையானவளா ஆக்கிக்காம விடுவேன்னு நினைச்சியா? ஒரே நிமிஷத்துல உன்னைத் தூக்கிட்டுப் போயிருவேன். உன் மனசைப் பாக்கறதால தாண்டி எதையும் செய்ய முடியாம தவிக்கறேன்...

நான் உன்னை வற்புறுத்தி எதையும் சாதிச்சுக்க விரும்பலைடி, அப்பறம் உனக்கு அது காலம் முழுவதும் உறுத்தலாக இருக்கும்டி...

என்னை ஏண்டி இப்படி கொல்ற என்னால முடியலைடி, என்னை என்ன தான் பண்ணச் சொல்ற" என்று புலம்பியவன், பாக்கெட்டிலிருந்து மெட்டியை எடுத்து மண்டி போட்டு அமர்ந்து, அவள் பாதத்தை எடுத்து தன் மடி மீது வைத்தான்...

"மாமா வேண்டாம் " என்று சங்கடப்பட்டாள்.

நீ என் கழுத்துலயே காலை வெச்சு மிதிக்கற. மடில வெச்சா தப்பில்லை என்றவன், இரண்டு காலிலும் மெட்டியைப் போட்டு விட்டவன், காலுக்கு தங்கத்தில் கொழுசையும் போட்டு விட்டான்...

அவள் வேண்டாம் என்று பிடிவாதம் பிடிக்க, இந்த கதிரோட பொண்டாட்டியா நான் போட்டு விடறதை ஏத்துக்க. இல்லை கழட்டிப் போட்டுட்டு நான் செத்துப் போயிட்டதா நினைச்சு இங்கிருந்து போ என்றான் கோபத்துடன்.

"மாமா" என்று வீரிட்டவள், அவனை அணைத்துக் கொண்டு அழுதாள்...

இது தான் சரியான சந்தர்ப்பம் என்று நினைத்தவன், வாங்கி வந்திருந்த நகை எல்லாம் கை கழுத்து விரல் என்று எல்லாப் பக்கமும் போட்டு விட்டவன்...

"இந்தக் கதிரோட பொண்டாட்டியா உன் கடமையச் செஞ்சுட்டு வாடி. நான் உனக்காக எவ்வளவு வருஷம் வேணாலும் காத்திருப்பேன்" என்று சொன்னவன், "வா போகலாம்" என்று அழைத்துக் கொண்டு மெயின் ரோட்டுக்கு வந்தான்...

அவனுடைய ஆட்களிடம் சைகை செய்யவும், அவர்கள் சக்சஸ் என்பது போல் கை காண்பித்து கேமராவை உயர்த்திக் காண்பித்தார்கள். செக்கியூரிட்டிகள் ஆங்காங்கே இருந்து இவர்களுடைய கல்யாணத்தைப் பார்த்தவர்களுகலு நிம்மதியாக இருந்தது...

அவர்களுக்கு கதிரின் காதல் தெரிந்ததிலிருந்து சீக்கிரமா ரெண்டு பேரும் ஒன்று சேரனும் என்று வேண்டிக் கொண்டிருந்தார்கள். அது இன்று நிறைவேறிய சந்தோஷம் அவர்கள் முகத்தில் தெரிந்தது...

அவளை வீட்டிற்கு முன்பு கொண்டு போய் விட்டவன், "நைட் போன் பண்ணுவேன் பேசுடி பிளீஸ்" என்று சொல்லிவிட்டு அவன் திரும்பவம், அதுவரை அவனுக்குப் பின்னாடி வந்து கொண்டிருந்த கார் அருகில் வந்து நிற்கவும் சரியாக இருந்தது...

நடந்தது எதையும் நம்ப முடியாமல் அவள் அவனையே பார்த்துக் கொண்டு விக்கித்து நிற்க, அவன் டாடா காட்டி விட்டுச் சென்றான்...

13

அத்தியாயம் 13

ஜானகிக்கு எல்லாம் கனவில் நடந்தது போல இருந்தது. அப்படியே தன்னையும் மறந்து வீட்டுக்குள் வந்தவளைப் பார்த்து அதிர்ந்து போய் நின்றார்கள் அபியும் விஷ்ணுவும்...

"அண்ணி உனக்கும் அண்ணாவுக்கும் கல்யாணமாயிருச்சா" என்று கேட்டு அவளைப் பிடித்து உலுக்கினாள் அபி...

இதுக்குத் தான் அண்ணா நான் ஜானுகிட்ட பேச வேண்டி இருக்கு, நானே கூட்டி வரேன் நீ வரவேண்டாம்ன்னு சொன்னாரா?, என்று தனக்குள்ளயே பேசிக் கொண்டான் விஷ்ணு...

ஜானகி தர்மசங்கடத்துடன் இருவரையும் பார்த்தாள், "அபி முதல்ல போய் அண்ணிக்குத் தண்ணி கொண்டு வா" என்று அவளை அனுப்பினான்...

அபி தண்ணி எடுத்துக் கொண்டு வந்தவளிடமிருந்து விஷ்ணு வாங்கி, "இந்தா இதைக் குடி" என்று அவள் கையில் கொடுத்தான்...

அதை வாங்கிக் கொண்டவள், என்ன சொல்வது என்று தெரியாமல் விழிக்க, அப்போது ஒரு ஆள் வெளியில் நின்று அழைத்தான்...

மூன்று பேரும் திகைத்துப் போய் பார்க்க, "நீங்க ரெண்டு பேரும் இங்கயே இருங்க" என்று சொல்லி விட்டு விஷ்ணு வெளியில் சென்றான்...

அங்கே செக்யூரிட்டி காட் மாதிரி இருந்த ஒருவர், "நீங்க தானே விஷ்ணு, சார் பேசனுமாம்" என்று போனைக் கொடுத்தான்...

சாரா என்று வியப்புடன் கேட்டுக் கொண்டே போனை வாங்கி காதில் வைத்ததும், "விஷ்ணு நான் கதிர் பேசறேன்... ஜானுகிட்ட எதுவும் கேக்காதீங்க, அவ ரொம்ப சங்கடப்படுவா" என்றான்...

"இதுக்கு தான் நீ என்னை வரவேண்டாம்ன்னு சொன்னையா?

ஊரக்கூட்டி கல்யாணம் பண்ணாம இப்படி ரகசியமா பண்ண வேண்டிய அவசியம் என்ன வந்துச்சு, அவளுக்கு கேக்க யாருமில்லைன்னு நினைச்சியா?" என்றான் கோபத்துடன் விஷ்ணு...

"ஊரக் கூட்டி என்ன உலகத்தைக் கூட்டி வேணாலும் கல்யாணம் பண்ண நான் ரெடி, உங்க அண்ணி சம்மதிப்பாளா?" என்றான் கதிர்...

"அவ சம்திக்க மாட்டா தான் அதுக்காக இப்படி பண்ணுவியா? அப்பறம் ஏன் இங்கே விட்ட நீயே கூட்டிட்டுப் போயிருக்க வேண்டியது தானே. அதிரடியா கல்யாணம் பண்ணுனவனுக்கு அதிரடியா தூக்கிட்டுப் போகத் தெரியாதா?" என்றான் விஷ்ணு...

"எல்லாம் தெரியும் ஏன் தெரியாம. ஆனா அவ மனநிலையையும் நினைச்சுப் பார்த்துத் தான் விட்டு வெச்சிருக்கேன்... அவளா விருப்பப் பட்டு எப்ப வராளோ அப்ப குடும்ப நடத்தறேன்... அது வரை எங்க இருந்தாலும் எம்பொண்டாட்டியாவே இருக்கட்டும்ன்னு தான் கல்யாணம் பண்ணிட்டேன்" என்றான்...

இந்த பதில் விஷ்ணுவையும் கொஞ்சம் குளிர்விக்க, சந்தோஷப்பட்டாலும் காட்டிக் கொள்ளாமல், அவன் பேசுவதைக் கவனித்துக் கொண்டிருந்தான்...

"இப்ப நீ என்ன பண்ற நல்ல பையனா என் பொண்டாட்டியக் குறுக்கு விசாரணை பண்ணாம, அவளைத் தனியா விட்டுட்டுப் போங்க நான் அவ கூடப் பேசனும்" என்றான் கதிர்...

"போன்ல தான் பேசனுமா நேர்ல வந்து பேசறது" என்றான் விஷ்ணு... அண்ணனுக்கு இருக்கற மாதிரி அண்ணிக்கும் தானே அண்ணனோட பேசனும்னு ஆசை இருக்கும் என்று நினைத்தான்... அதனால் இப்படி ஒரு வார்த்தை கூறினான்.

அதைக் கேட்ட கதிருக்கும் ஆசை வந்தது... "விஷ்ணு நான் வரட்டுமா? எனக்கும் ஆசையாத்தான் இருக்கு, ஆனா நான் அங்க வந்தா திட்டுவாளே உங்க அண்ணி அதான் பயமா இருக்கு" என்றான்...

அதைக் கேட்ட விஷ்ணு பக்கென்று சிரித்து விட்டான்... "ஏண்டா சிரிக்கிற என் பொழப்பைப் பார்த்தால் சிரிப்பா வருதா?" என்று திட்டினான்.

"அதுக்கில்லை நாட்டையே ஆளப்போற. ஆனா அண்ணியப் பார்த்து பயப்படுற பாரு அது தான் நம்பற மாதிரி இல்லை" என்றான் கிண்டலாக...

"நம்பறதும் நம்பாததும் உன் இஷ்டம். நாட்டை ஆண்டாலும் வீட்டில் அவளுக்குப் புருஷன் தானே. அப்போ எல்லாப் புருஷனுக்கு என்ன மரியாதை கிடைக்குமோ அது தான் எனக்கும் கிடைக்கும்" என்றான்...

ரெண்டு பேரும் ஒருத்தரை ஒருத்தர் எவ்வளவு புருஞ்சு வெச்சிருக்காங்க, இந்த அம்மா சாகும் போது இப்படி ஒரு சத்தியத்தை வாங்கி அவங்க ரெண்டு பேர் வாழ்க்கையையும் கேள்விக் குறியாக்கிடடாங்களே, என்று வருத்தப்பட்டவன் தன்-

னால் எதுவும் செய்ய முடியாமல் தவித்தான்... "சரி அண்ணா இவ்வளவு நேரம் என்னைக் காணாம அண்ணி வெளில வந்தா திட்டுவா.

நான் படிக்கறது இருக்குன்னு அபிய ரூமுக்குக் கூட்டிப் போறேன். நீ அண்ணிட்ட என்ன பேசனுமோ பேசு... இப்ப வேண்டாம் இன்னும் ஒரு மணி நேரம் கழிச்சுக் கூப்பிடு" என்றான்...

"நீயாவது புருஞ்சுக்கிட்டயே" என்றான் கதிர் சந்தோஷத்துடன்...

"உனக்காக இல்லை அண்ணிக்காக, அவளுக்கும் இந்த சமயத்துல உன் கூடப் பேசனும்னு ஆசை இருக்கும்...

ஆனா அதை மறைச்சுகிட்டு எங்க கூடச் சந்தோஷமா இருக்கற மாதிரி காட்டிப்பா அவளுக்காக சரி நான் போனை வைக்கறேன்" என்று சொல்லி விட்டுப் போனை அந்த செக்கியூரிட்டியிடம் கொடுத்து விட்டு, உள்ளே சென்றான் விஷ்ணு...

அதே நிலையில் ஜானகி நின்றிருக்க, அபி அவளிடம் பேசிக் கொண்டிருந்தாள்...

நிலமையை சகஜமாக்க விஷ்ணு, "அபி வா சாப்பிட எடுத்து வைக்கலாம் அண்ணி நீ கை கழுவிட்டு வா" என்று சொல்லிவிட்டு எதுவுமே நடக்காதது போல அபியை அழைத்துக் கொண்டு சமையலறைக்குச் சென்றான்...

உள்ளே சென்றதும், "அபி இன்னைக்கு நைட் நாம ரூமுக்குள்ள படுத்துத் தூங்கலாம். அண்ணா அண்ணிட்ட போன்ல பேசனுமாம். நீ தான் எதாவது ஐடியாப் பண்ணனும்" என்றான் விஷ்ணு...

"அண்ண பேசுனாங்களா? என்ன சொன்னாங்க" என்று சந்தோஷத்துடன் கேட்டவளிடம், "அண்ணி வேலைக்குப் போன பிறகு சொல்றேன், இப்ப அதிக நேரம் இங்க இருந்தா அண்ணிக்கு சந்தேகமா போயிரும் வா" என்று அழைத்துச் சென்றான்...

ஜானகி அறைக்குள் சென்றவள் அப்படியே அமரந்திருந்தாள்... அவள் கை அவன் அணிவித்த தாலி மெட்டியை ஆசையுடன் வருடிக் கொடுத்தது. தாலியை முத்தமிட்டு கண்ணில் வைத்துக் கொண்டாள்...

எனக்கும் கதிர் மாமாவுக்கும் கல்யாணமாயிருச்சா, என்பதை நம்ப முடியாமல் பார்த்துக் கொண்டு அமர்ந்திருந்தாள்...

இந்தத் தாலி என் அத்தை மாமா உயிரோடு இருந்து உறவுகளை எல்லாம் கூப்பிட்டு, அவங்க கையால எடுத்துக் கொடுத்து என் கழுத்தில் கட்டி இருந்தால், எப்படி இருக்கும் என்று நினைத்து வேதனைப் பட்டாள்...

எப்படி நடந்திருக்க வேண்டிய கல்யாணம் இப்படி நடந்துருச்சே என்ற எண்ணம் ஓடினாலும், ஏதோ ஒரு நிம்மதி அவளை ஆட்கொண்டிருந்தது...

அதற்குள் இரவு டிபனை எடுத்து வைத்து விட்டு அபியும் விஷ்ணுவும், "வா அண்ணி சாப்பிடலாம் அப்பறமா யோசிக்கலாம் பசிக்குது" என்று சொல்லி அவள் நினைவுகளைத் தன் பக்கம் திருப்பினாள்...

தன் மனநிலை எப்படி இருக்கிறது என்று அவளால் கணிக்க முடியவில்லை. தன் மாமன் கையால தாலி வாங்கியது சந்தோஷத்தைக் கொடுத்தாலும், இப்ப இவங்ககிட்ட என்ன சொல்வது என்ற பயம் வந்தது...

நம்ம மனநிலையை வெளிக்காட்டினால் அது மாமாவை அசிங்கப்படுத்துவது போல ஆகிரும். இவங்க ரெண்டு பேருக்கும் மாமா இப்படித் தாலி கட்டினது தெரியக் கூடாது...

நாங்க ரெண்டு பேரும் விருப்பப்பட்டு கல்யாணம் பண்ணிட்டதா தான் இருக்கனும், அது தான் மாமாவுக்கு கௌரவம் என்று நினைத்துக் கொண்டவள், அவர்களோடு சாப்பிடப் போய் அமர்ந்தாள்...

சாப்பிடும் போதே அபியிடமும் விஷ்ணுவிடமும், "உங்க அண்ணாவை இன்னும் எவ்வளவு நாளைக்கு தான் காக்க வைக்கறது, அதான் ரெண்டு பேரும் பேசி முடிவு பண்ணி இன்னைக்குக் காலைல தான் கோவில்ல கல்யாணம் பண்ணிட்டோம்...

இவ்வளவு நேரம் அவரோட தான் இருந்துட்டு, இப்ப தான் என்னைக் கொண்டு வந்து விட்டுட்டுப் போறார்" என்று சொல்லி விட்டு அவர்கள் இருவரையும் பார்த்தாள்...

அவர்கள் இருவரும் சாப்பிடுவதை விட்டுவிட்டு, நீ சொன்னதை அப்படியே நம்பிட்டோம் என்பதைப் போல, அவளையே பார்த்துக் கொண்டிருந்தார்கள்...

அதில் கொஞ்சம் தடுமாறியவள், "நீங்க நம்பலையா? உங்க அண்ணா கூடக் கல்யாணத்துக்கு உங்க ரெண்டு பேரையும் கூப்பிடலாம்ன்னு சொன்னார்..,

நான் தான் அதெல்லாம் வேண்டாம் அத்தைக்கு நான் வாக்கு கொடுத்திருக்கேன்னு சொல்லிட்டேன்" என்றாள் ஜானகி...

"அண்ணி உன்னைப் பத்தியும் தெரியும், எங்க அண்ணாவைப் பத்தியும் தெரியும், இந்தக் கல்யாணம் எப்படி நடந்திருக்கும் என்பதும் தெரியும்...

அதான் கல்யாணம் நடந்துருச்சே நாம அண்ணா வீட்டுக்கே போகலாமா? அண்ணி. அம்மா லூசுத் தனமா வாங்கிய சத்தியத்தை பிடுச்சுட்டு இனிமேலும் தொங்காத" என்றாள் அபி...

விஷ்ணு அவளை முறைத்து விட்டு, "அவங்க வாழ்க்கைய அவங்க முடிவெடுப்பாங்க. நீ படிக்கனும் புரியலைச் சொல்லித் தான்னு சொன்ன, அந்த வேலையப் பார்" என்றான் கடுப்புடன்...

"விஷ்ணு நீ கொஞ்சம் அமைதியா இரு" என்றவள், "அபி உனக்குக் கல்யாணம் பண்ணிட்டு நான் விஷ்ணுவை கூட்டிட்டு உங்க அண்ணா வீட்டுக்குப்

போயிருவேன். அதுவரை இங்க தான் நீ இதைப் பத்தி இனிமேல் பேசாதே" என்றாள் ஜானகி...

"அப்போ நான் தான் உனக்கு பாரமா இருக்கேன். என்னால தான் நீ அண்ணா கூட வாழமுடியாம இருக்கே" என்று கண்ணில் நீர் தழும்பக் கேட்டாள்.

அவளை அணைத்துக் கொண்ட ஜானகி..."நீ என் செல்லம்டி இனி பாரம் கீறம்ன்னு பேசுன பல்லை உடைச்சுடுவேன். என்னோட அத்தைக்கு நான் கொடுத்த வாக்கை, உன் ஒருத்திய வெச்சுத் தான் நிறைவேத்திக்க முடியும்...

விஷ்ணுவை உன்னை மாதிரி கல்யாணம் பண்ணிக் கொடுத்து விட்டுட்டுப் போக முடியாது. அத்தை ஆசை உன் மூலமாவது நிறைவேறட்டும்" என்றாள் வேதனையுடன்...

இருவருமே எதுவும் பேச முடியாமல் அமைதியாகச் சாப்பிட, அவர்களைப் பார்த்துக் கொண்டே அவளும் சாப்பிட்டு முடித்தாள்...

எல்லாம் எடுத்து வைத்து விட்டு வந்த அபி, "அண்ணா எனக்குக் கொஞ்சம் புரிய மாதிரி சொல்லிக் கொடு, எங்க லெக்சரர் சொல்லிக் கொடுக்கறது எனக்குப் புரியறக்குள்ள இந்த வருஷமே முடுஞ்சரும் போல இருக்கு" என்று சொல்லி விட்டுப் பேக்கைத் தூக்கிக் கொண்டு அறைக்குச் சென்றாள்...

விஷ்ணு, "அண்ணி நீ படுத்துத் தூங்கு நான் போய் அவளுக்குச் சொல்லித் தறேன்" என்று சொல்லி விட்டு உள்ளே சென்றவனை புன்னையுடன் பார்த்துக் கொண்டு நின்றாள் ஜானகி...

ரெண்டு பேரும் அவங்க அண்ணாட்ட பேசியிருப்பாங்களா? என்ற சந்தேகத்துடன் படுக்கையை விரித்துப் போட்டாள்...

14

அத்தியாயம் 14

போன் அடிக்கும் சத்தம் கேட்கவே, இது யார் போன்? சத்தம் வேற மாதிரி கேக்குது என்று ஹேன்பேக்கை தேடி எடுத்தவள், அதைத் திறந்து பார்க்க அதில் புத்தம் புது போன் அதன் சத்ததை எழுப்பிக் கொண்டிருந்தது...

இது யாரு போன்? எப்படி என் பேக்ல வந்துச்சு என்று யோசனையுடன், போனை எடுத்துப் பார்க்க அதில், "நான் உன் மாமன் தாண்டி" என்று காட்டியதும் அவளுக்குச் சிரிப்பு வந்து விட்டது...

மாமா இப்படி எல்லாமா பேர் பதிவு பண்ணு வீங்க, இருந்தாலும் உங்களோட குறும்புக்கு அளவே இல்லை, என்று நினைத்துக் கொண்டே போனை எடுத்தாள்...

"என்னடி இவ்வளவு நேரமா போனை எடுக்க. போன்ல பேரைப் பார்த்து ரசிச்சுகிட்டு இருந்தியாடி" என்று மையலுடன் கேட்டான் கதிர்...

"இப்படி எல்லாமா பேர் பதிவு பண்ணுவீங்க, யாராவது பார்த்தால் என்ன நினைப்பாங்க. ஆமா இந்த போன் என் பேக்ல எப்படி வந்துச்சு? எப்போ வெச்சீங்க? எனக்கே தெரியலை" என்றாள் அப்பாவியாக...

"அதுவா கோவில்லயே வெச்சுட்டேன்டி, நீ இவ்வளவு நேரம் பார்க்கலையா? உனக்குக் கொஞ்சம் கூடப் பொறுப்பே இல்லைடி. இன்னைக்கு நமக்கு முதலிரவு. நீ முதல்ல போன் பண்ணிப் பேசி இருக்கனும்ல" என்றான்...

அவனின் பேச்சில் உணர்வுகள் பொங்கி எழ, "மாமா இப்படி எல்லாம் என்கிட்ட பேசாதீங்க, அப்பறம் நான் போனை வெச்சுருவேன்" என்றாள் சிணுங்கலுடன்...

"இன்னைக்கு நான் பேசத் தாண்டி முடியும். அதையும் வேண்டாம்ன்னு தடை போட்டீன்னா இன்னைக்கு உங்க கடையில எத்தனை சோப்பு வித்திச்சுன்னா உங்கிட்ட பேச முடியும்...

நீ பேசலைனா பரவாயில்லை, நான் பேசறதைக் கேளுடி" என்றான் அதிகாரமாக...

"எனக்குத் தூக்கம் வருது மாமா" என்றாள் அவனிடமிருந்து தப்பித்துக் கொள்ளும் நினைவுடன்...

"அடியேய் இன்னைக்கு எனக்கு முக்கியமான நாளுடி, இந்த நேரத்துல நீ என் பக்கத்தில் இல்லாததே எனக்குப் பெரிய வருத்தமா இருக்கு... நீ தூக்கம் வருதுன்னு சொல்லி போனை வெச்சீன்னா, அங்க வந்து உன்னைக் கொலையே பண்ணிருவேண்டி என்னைக் கோவப்படுத்தாம பேசறதைக் கேளுடி" என்றான் எரிச்சலுடன்...

நாளுக்கு நாள் அவனுடைய ஆளுமை அவளிடம் அதிகமாகிக் கொண்டிருக்க, அவனைத் தவிர்க்க முடியாமல், "சொல்லுங்க மாமா" என்றாள்...

"என்னத்தடி சொல்லச் சொல்ற, என்னோட அவஸ்த்தையைச் சொன்னா மட்டும் உனக்கு புருஞ்சரவா போகுது" என்றான் சலிப்புடன்...

"சொல்லுங்க புருஞ்சுக்கப் பாக்கறேன்" என்றாள் ஜானகி...

உடனே உற்சாகமானவன், "எல்லார் மாதிரியும் நமக்குக் கல்யாணமாகி இருந்தால், இந்நேரம் என்ன பண்ணுவ சொல்லுடி" என்றான்...

"தெரியலையே மாமா என்ன செய்வேன், நம்ம சொந்தகாரங்க எல்லாம் வந்திருப்பாங்க ஜாலியா இருந்திருக்கும்... அபியும் விஷ்ணுவும் நல்லா என்ஜாய் பண்ணியிருப்பாங்க" என்று சொன்னவளிடம், "கொஞ்சம் நிறுத்தறையா உன் புராணத்தை" என்றான் எரிச்சலுடன்...

"என்ன மாமா கல்யாணமானதும் திட்றீங்க, இதுக்கு தான் அவசரமா கல்யாணம் பண்ணிட்டீங்களா?" என்று கொஞ்சலுடன் சிணுங்கியவளிடம்...

"பின்ன என்னடி, நான் என்ன கேட்டேன் நீ என்ன பதில் சொல்லிட்டு இருக்க. நம்ம முதல் இரவைப் பத்தி கேட்டால், சொந்தக்காரங்க வந்தாங்க சோறு பொங்கினாங்கன்னு சொல்லிட்டுத் திரியற" என்றான் கடுப்புடன்...

"எனக்குத் தான் தெரியலை உங்களுக்கு தெரியுதல்ல சொல்லுங்க" என்றாள் கோபத்துடன்...

"அப்படி கேளுடி செல்லம் சொல்லித் தறேன், இந்நேரம் பட்டுப் புடவை கட்டிகிட்டு, தளர தளர ஜடை பிண்ணி அதுல நீளமா மல்லிகைப் பூ வெச்சுகிட்டு, தேவையான அளவு நகை போட்டுகிட்டு, குனிந்த தலை நிமிராமல் பால் சொம்போடு என் அறைக்கு வந்திருப்ப..

நான் உன்னைப் பார்த்துச் சொக்கிப் போய், உன் செவ்விதழை" என்று சொல்லும் போது, "மாமா போதும் நிறுத்துங்க எனக்கு என்னவோ போல இருக்கு, இப்படி பேசாதீங்க" என்றாள் தவிப்புடன்...

"இந்த நேரத்தில் வேற எதுவும் பேச முடியாதேடி, உன்னையவா பேசச் சொல்றேன் நான் தானே பேசறேன்... உனக்கு கேக்கறக்கு என்ன? கிட்ட இருந்து செய்ய முடியாததை போன்லயாவது பேசிக்கிறேனே" என்றான் கதிர்...

"மாமா" என்று தவிப்புடன் அழைக்கவும், அவளின் குரல் மாற்றத்தைக் கவனித்தவன், "என்னாச்சுடி அழறையா?" என்றான் பதற்றத்துடன்...

"என்னால தான் உங்க ஆசை எதுவும் நிறைவேறலை. உங்க வாழ்க்கையே வீணாப் போச்சு. வேற யாரையாவது கல்யாணம் பண்ணி இருந்தால் உங்க வாழ்க்கை இந்நேரம் எவ்வளவு சந்தோஷமா இருந்திருக்கும்" என்றாள் அழுது கொண்டே....

"போதும் நிறுத்துடி சந்தோஷம்ங்கறது உடம்பு சம்பந்தப்பட்ட விஷயம்மில்லை, மனசு சம்பந்தப்பட்ட விஷயம்... உடம்புக்கு யார் கிடைச்சாலும் போதும்டி அதோட தேவை முடிஞ்சுரும்... ஆனால் மனசுக்கு அப்படி இல்லை, ஒன்னைப் பிடிச்சுப் போச்சுன்னா அதுமட்டும் தான் வேணும், அதை விட ஆயிரம் மடங்கு சிறந்தது கிடைச்சாலும் அதுக்குத் தேவையில்லை...

அது ஆசைப்பட்ட அந்த ஒன்னைத் தான் தேடும். என்னோட மனசும் அப்படி தாண்டி, எங்க இருந்தாலும் உன்னை மட்டும் தான் தேடுது. உன்கிட்டு மட்டும் தான் என் ஆசையை நிறைவேத்திக்கனும்னு ஆசைப்படறேன். அதுக்கு எவ்வளவு நாள் வருஷமானாலும், இப்ப மாதிரி எப்பவும் உனக்காக காத்திருப்பேன்" என்றான் ஆழ்ந்து குரலில்...

அவன் பேச்சில் நெகிழ்ந்து போனவள், "மாமா மாமா" என்று அழ ஆரம்பித்து விட்டாள்...

அவனுக்கும் பதற்றம் தொற்றிக் கொள்ள, "அழாதடி நீ அழுதால் என்னால தாங்க முடியாதுடி, நானும் உன்கிட்ட இல்லை" என்றவன், அவளைச் சமாதானப்படுத்திக் கொண்டே அவள் வீட்டுக்குக் காரில் கிளம்பினான்...

கொஞ்ச நேரத்தில், "ஜானு கதவைத் திறந்து வெளியில வாடி" என்றான்...

திரு திருவென்று விழித்தவள், "என்ன மாமா சொல்றீங்க" என்றாள் பதற்றத்துடன்...

"உன்னைத் தான்டி வெளியில வா, நான் உள்ள வரமாட்டேன். உன் வீட்டுக்கு முன்னாடி கார்ல தான் இருக்கேன் காருக்கு வாடி" என்றான்...

பயத்துடன், "நான் வரலை பயமா இருக்கு மாமா" என்றாள்...

"என்னடி பயம் நான் இருக்கேன் வா. அபியும் விஷ்ணுவும் வெளியே வரமாட்டாங்க... நான் உள்ள வரக்கூடாதுன்னு பாக்கறேன். நீயே வந்துட்டினா கொஞ்ச நேரம் பேசிட்டு இருந்துட்டுப் போயிருவேன்.

நானா வந்து உன்னைத் தூக்கிட்டு வந்தனா, சும்மா அனுப்ப மாட்டேன்டி உனக்கு எப்படி ஆசையோ அப்படிச் செய்" என்றான்...

மெல்ல, "வரேன்" என்று முனகிவிட்டு எழுந்து அறைக்கதவைத் திறந்து பார்த்-தாள்...

விஷ்ணுவும் அபியும் உறங்கி இருக்க கொஞ்சம் ஆசுவாசமானவள், இந்த விஷ்ணுவும் மாமாவோடு சேர்ந்துகிட்டு எப்படி பிளான் பண்ணி இருக்கான் பாரு, என்று நினைத்துக் கொண்டே வெளியில் சென்றாள்...

கதவைத் திறந்து கொண்டு வெளியில் சென்ற போது, வீதி லைட் கூட எரி-யாமல் மை இருட்டு போல் காட்சி தந்தது அந்த வீதி...

ஜானகி சாலையில் கால் வைத்ததும் கூட வந்து ஓட்டிக் கொண்டான் கதிர்.

அவள் பயந்து துள்ளிக் குதித்து, "யாரது" என்றாள்.

"நான் தாண்டி வேற யார் வருவாங்க. சீக்கிரம் வா பத்து நிமிஷம் தான் லைட் எரியாம இருக்கும்" என்று சொன்னவன் அவளைக் காருக்கு இழுத்துச் சென்-றான்...

கார் ஸ்டார்ட் பண்ணியதும் பதறிப்போனவள், "எதுக்கு கார் ஸ்டார்ட் பண்-றீங்க. இங்கயே உட்கார்ந்து பேசலாம்ன்னு தானே சொன்னீங்க. வீட்டுக் கதவைத் திறந்து போட்டுட்டு வந்துட்டேன் நான் போகனும்" என்றாள் பிடிவாதமாக...

"ரொம்ப படுத்தாதடி கொஞ்ச தூரம் போயிட்டு வருவோம். வீடு திறந்திருந்தா என்ன? இந்த வீதி முழுவதும் என் கண்ரோல்ல தான் இருக்கு. என் ஆட்கள் பார்த்துக்குவாங்க நீ கவலைப் படாமல் வா" என்று சொல்லி விட்டு காரைச் செலுத்தினான்...

"ஏன் மாமா இப்படி எல்லாம் பண்றீங்க, அபி விஷ்ணு வயசுப் பசங்க... அவங்களை வீட்டில் வெச்சுகிட்டு நாம ரெண்டு பேரும் இப்படி பண்றது தப்பு மாமா. இன்னும் கொஞ்ச நாள் போனால் நானே உங்க கூட வந்துருவேன், அது-வரை பொருத்திருப்பேன்னு சொன்னீங்க...

இப்ப இப்படி பண்றீங்க யாராவது பார்த்தால் அசிங்கமா போயிரும்" என்று புலம்பிக் கொண்டே இருந்தாள் ஜானகி...

காரை பீச் ரோட்டில் கொண்டு போய் நிறுத்தி விட்டு, அவள் பக்கம் திரும்பி ஹாயாக அமர்ந்தவன், "எதுக்குடி இப்படி புலம்பர. இன்னைக்குத் தான் நமக்-கக் கல்யாணமாகி இருக்கு. நான் உன்னைத் தேடாம வேற யாரைத் தேடுவதாம்" என்று இடக்காகப் பேசியவன், அவள் கையை எடுத்துத் தன் கைக்குள் வைத்துப் பொத்திக் கொண்டான்...

"ஜானுமா இப்ப எனக்கு எப்படி இருக்கு தெரியுமா? நான் முதலமைச்சர் ஆனால் கூட இவ்வளவு சந்தோஷப்படமாட்டேன் அவ்வளவு சந்தோஷமா இருக்-குடி... மனசு நிறைஞ்சு போச்சு" என்றான்.

அவள் கையை தன் நெஞ்சில் வைத்து அழுத்திக் கொண்டான்... அவளுக்கும் அழுகை முட்டிக் கொண்டு வந்தது... இந்தப் பதவிக்காகத் தானே வீட்டில் அத்-

தனை பிரச்சனை பண்ணுனாங்க, இப்ப இந்த பதவியை விட நான் முக்கியம்ன்னு சொல்றாங்க, என்று நினைத்து கர்வமாக உணர்ந்தாள்...

"மாமா எனக்கும் தான். நமக்குக் கல்யாணமானதையே என்னால நம்ப முடியலை, அப்பப்போ தாலியை எடுத்துப் பார்த்துக்கறேன், இதை நீங்களே போய் வாங்கிட்டு வந்தீங்களா?" என்று கேட்டாள்...

"ஆமாம்டி நீ போட்டிருக்கற எல்லா நகையும் நானே பார்த்து எனக்கு பிடிச்ச டிசைனா செலக்ட் பண்ணினேன்" என்று சொன்னவன், அவளுடைய தாலிக் கொடியை வெளியில் எடுத்து மாங்கல்யத்தை வருடிக் கொடுத்தவன்,

"உனக்கு என் ஞாபகமா இந்தத் தாலி எப்பவும் உன் கூட இருக்கும், எனக்கும் அந்த மாதிரி எதாவது கொடேன்டி" என்றான்...

"நானும் இதே மாதிரி ஒரு தாலி வாங்கி உங்களுக்குக் கட்டி விடட்டா மாமா" என்றாள் சிரிப்புடன்...

"நீ கட்டி விட்டா நான் கழுத்தை நீட்டத் தயார் எப்ப கட்டி விடப் போற?" என்று கேட்டுக் கொண்டே அவளை நெருங்கி அமர்ந்து கொண்டான்...

"போங்க மாமா உங்களுக்குக் கொஞ்சம் கூட வெக்கமே இல்லை" என்று சிணுங்கியவள், அவனிடம் இருந்த தன் கையை இழுத்தாள்...

"இப்ப எதுக்குடி கையைப் பிடுங்கற" என்றவன், இன்னும் நன்றாக இழுத்து கையில் முத்தமிட்டதும், அவள் வெக்கத்துடன், "விடுங்க மாமா" என்று மறுபடியும் கையை இழுத்தாள்...

அவனோ விடாமல் அவளை இழுத்து தன் மேல் சாய்த்துக் கொள்ள, பதறிப் போனவள் அவனைத் தள்ளிக் கொண்டே, "மாமா இதெல்லாம் சரியில்லை பேசனும்னு தான் வரச்சொன்னீங்க, இப்ப என்னென்னமோ பண்றீங்க" என்றாள்...

அவளுடைய கண்கள் இரண்டும் மிரண்டு போய் அங்கேயும் இங்கேயும் நீச்சலடிச்சது...

"ஏய் அமைதியா இருடி எதுவும் பண்ணலை. லேசா கட்டிப்பிடுச்சாக் கூடத் தப்புனா எப்படி டீ, பிராமிஸா உன் அனுமதி இல்லாம அசைவம் எதுவும் சாப்பிட மாட்டேன். அதுக்காக சைவம் கூட இல்லாட்டி எப்படி டீ...

பிளீஸ் டி நமக்கு கிடைச்சிருக்கற இந்தக் கொஞ்ச நேரத்தை என் இஷ்டம் போல இருக்க விடுடி, என் மூடை கெடுத்து என்னை டென்சனாக்கிறாதடி" என்றவன், அவள் இதழை வருடினான். வெக்கத்தில் தலை குனிந்து கொண்டாள் ஜானகி...

15

அத்தியாயம் 15

யாரும் இல்லாத பீச் ரோட்டில் கதிரின் ஆட்கள் மட்டும் கொஞ்ச தூரம் தள்ளிப் பாதுகாப்புக்காக நின்றிருந்தார்கள். கதிர் காருக்குள் தன் மனைவியைக் கட்டிப் பிடித்து அவள் இதழை வருடிக் கொண்டிருந்தான்.

அவனின் காதல் மனைவியோ வெக்கமும் பயமும் மேலோங்க, உடம்பெல்லாம் உதறல் எடுக்க, கை எல்லாம் படபடத்து சில்லென்று உணர்வைக் கொடுக்க, பேச முடியாமல் தவித்தாள்...

அவளின் பெண்மை மிளிர்ந்து முகம் சிவந்து பேரழகியாகக் கதிர் கண்ணுக்குக் காட்சி தரவும், "ஜானுமா" என்றவன், அவள் முகத்தைத் தன் இரு கைகளிலும் தாங்கிக் கொண்டு, நெற்றியில் மென்மையாக முத்தமிட்டு, "கொல்றேடி" என்றான்...

"மாமா" என்று வாயெல்லாம் தந்தி அடித்தது ஜானகிக்கு... அவள் கன்னத்தில் முத்தமிட்டதும் அவள் விழிகள் தானாக மூடிக்கொள்ளவும், விழிகளின் மேல் முத்தமிட்டான்... அவள் எந்த எதிர்ப்பும் காட்டாமல் தன்னோடு இணங்கிப் போவதைப் பார்த்து விட்டு,

அவன் மனம் அடுத்த கட்டத்திற்குச் செல்லத் துடித்தாலும், தன்னிடம் ஒப்புவித்துட்டு எந்த கவலையும் இல்லாமல் நின்றவளை, முழுதாகத் தனக்குச் சொந்தமாக்கிக் கொள்ள மனம் வராமல், அணைத்துக் கொண்டு அப்படியே அமர்ந்திருந்தான்...

இருவரும் வெகு நேரம் அப்படியே அமர்ந்திருந்தார்கள்... ஒருவருடைய அணைப்பு ஒருவருக்கு ஆறுதலாக இருக்க, இருவருமே தங்களை மறந்த நிலையில் இத்தனை வருஷத்து வேதனையை ஈடு செய்யும் விதமாக அப்படியே இருந்தார்கள்...

கொஞ்ச நேரத்தில் இருவருமே நினைவுலகை அடைந்ததும், அவனிடமிருந்து மெல்ல விலகி அமர்ந்தவள், அவன் முகத்தைப் பார்க்க முடியாமல் வெக்கம் பிடுங்கித் திங்க தலை குனிந்தபடி அமர்ந்திருந்தாள்...

"ஜானுமா போகலாமா?" என்றான் கதிர்...

அவள் ம் என்று முனகினாள்.

'என்னடி அந்த வாயடிச்சே இப்ப வாயைத் திறப்பனான்னு இருக்க" என்றான் சிரிப்புடன்...

வெக்கத்துடன் அவனைப் பார்ப்பதைத் தவிர்த்தவள் எதுவும் பேசாமலே அமர்ந்திருக்க, "இதுக்கே அமைதியாயிட்டயே என்னை முழுசா தெருஞ்சுகிட்டா நீ வாயே பேசமாட்டே போல இருக்கே" என்று அவளைச் சீண்டினான்.

"போங்க மாமா உங்க பேச்சு செயல் எதுவும் சரியில்லை, அத்தை கூட இருக்கிற வரை நீங்க நல்ல பையனா இருந்தீங்க, இப்ப சுத்த மோசம்" என்றாள்...

"ஏய் கல்யாணத்துக்கு அப்பறமும் நான் நல்ல பையனாவே இருந்தால், உங்க அத்தையோட ஆத்மா வந்து என்னைக் கேவலமா திட்டும் பரவாயில்லையா? போடி புதுசா கண்டுட்டா, சீக்கிரமா உன் நாத்தனாருக்கும் கொழுந்தனுக்கும் கல்யாணத்தைப் பண்ணி வெச்சுட்டு என் கூடக் குடும்பம் நடத்த வர வழியப் பார்...

அவங்கவங்க வாழ்க்கையை எல்லாரும் நல்லா தான் வாழறீங்க என்னை பைத்தியகாரனாக்கிட்டு, இதுக்கு மேல நாளை கடத்துன உன்னைத் தூக்கிட்டு போயிருவேன், உன்னோட கடமை கண்ணியம் கட்டுபாடுக்கு எல்லாம் நான் பொறுப்பில்லை" என்றான் கதிர்...

"மாமா நீங்க பேசறது சரியில்லை அவங்க உங்க தம்பி தங்கச்சி தானே இப்படி பேசலாமா?" என்றாள் வருத்தத்துடன்...

"அவங்களா? அப்படி ஒரு நினைப்பு இருந்தா என்னைப் பத்தி கொஞ்சம் கூட நினைச்சுப் பாக்காம, அம்மாவும் அப்பாவும் இறந்து அனாதையா நின்னப்ப, என்னை நிராதரவா விட்டுட்டு உன் கூட வந்திருப்பாங்களா?..

நான் அவங்களுக்கு யாரோ தானே, அந்தக் காயம் என் மனசுல எப்பவும் மறையாதுடி, ஏன்னு தெரியலை அவங்க மேல வர்ர கோபம் இதுக்கெல்லாம் காரணமான உன் மேல வந்து தொலைய மாட்டேங்குது...

அவ்வளவு விரும்பிட்டேன் போல, அதான் நீ என்ன பண்ணினாலும் என் மனசு இன்னும் அதிகமாகத் தான் உன்னை விரும்புதே தவிர, வெறுக்க மாட்டேங்குது" என்றான் ஆழ்ந்த குரலில், அவன் முகத்தில் வலியும் வேதனையும் அப்பட்டமாகத் தெரிந்தது...

மாமா என்று அவனைக் கட்டிக் கொண்டவள், "என்னை மன்னிச்சிருங்க நான் செய்த தவறுக்கு அவங்களை வெறுக்காதீங்க, அவங்க ரெண்டு பேரும் என் பேச்சை மதிச்சு நான் கொடுத்த வாக்குக்குக் கட்டுப்பட்டு இருக்காங்க...

இல்லைனா எப்பவோ உங்கிட்ட வந்திருப்பாங்க, அவங்களைப் பிரிச்சுப் பேசாதீங்க என்னால தாங்க முடியாது... நான் அபிக்கு மட்டும் கல்யாணத்தைப் பண்ணி வெச்சுட்டு, விஷ்ணுவோடு தான் உங்கிட்ட வருவேன்... எங்க ரெண்டு பேரையும் மன்னிச்சு ஏத்துக்கனும்" என்றாள் அவன் மார்பில் முகத்தைத் தேய்த்துக் கொண்டே...

அவனுடைய வெள்ளைச் சட்டை குங்குமம் பொட்டால் சிவப்பாகி இருக்க, கதிர் அதையே பார்த்தபடி அமர்ந்திருந்தான்...

அவன் பார்வையைப் பார்த்து விட்டு, "ஸாரி மாமா தெரியாம ஆக்கிட்டேன்" என்று அதைத் துடைக்கப் போனவள் கையை இறுக்கிப் பிடித்துக் கொண்டவன், "முதல் இரவு ஞாபகமா இந்தப் பரிசாவது இருக்கட்டுமேடி" என்றான் அவன் குரல் கிரக்கத்துடன் ஒலித்தது...

அதில் நெகிழ்ந்து போனவள், "மாமா இதுக்கு மேல நாம இங்க இருக்க வேண்டாம் போகலாம்" என்று வற்புறுத்தினாள்...

"ஏண்டி அவ்வளவு அவசரமா போய் அங்க என்ன பண்ணப் போற, இதுக்கு மேலையும் உனக்குத் தூக்கம் வரும்னு நினைக்கறையா?" என்றான் கதிர்...

"நீங்க பேசியே என்னை வசியப்படுத்தரீங்க மாமா, இன்னும் கொஞ்ச நேரம் இருந்தா நாம வந்த மாதிரியே போவோம்னு எனக்கு நம்பிக்கை இல்லை, காரை எடுங்க மாமா போகலாம்" என்று அவனை நச்சரிக்க ஆரம்பித்தாள்...

"சரி போகலாம் இந்த வாரம் சனி ஞாயிரு ரெண்டு நாளும் நாம எங்காவது டூர் மாதிரி போயிட்டு வரலாமாடி... நானும் உன் கூட அதிக நேரம் இருந்த மாதிரி இருக்கும், இவ்வளவு நாள் காய்ஞ்சு கிடந்தவனுக்கு நீ வந்துட்டு போற இந்த கொஞ்ச நேரம் பத்தலைடி" என்றான் ஏக்கமாக...

"விஷ்ணுவையும் அபியையும் தனியா விட்டுட்டு உங்க கூட என்னால வரமுடியாது மாமா" என்றாள் ஜானகி.

"நீ ஒன்னும் தனியா வரவேண்டாம் அவங்களையும் கூட்டி வந்து தொலை, உன்னை எல்லாம் வெச்சுகிட்டு நான் ரொமான்ஸ் பண்ணிட்டாலும் விளங்கிரும்" என்று எரிந்து விழுந்தான்...

"அவங்களையும் கூட்டிட்டா அது சரியா வராது மாமா" என்று தயக்கத்துடனே சொன்னாள் ஜானகி...

"ஏன் சரியா வராதுங்கற, நீ என் வீட்டுக்கும் வரமாட்ட, நானும் வரக்கூடாது. உனக்கு என்னை விட அவங்க ரெண்டு பேரும் தான முக்கியம்" என்றவன், காரை விருட்டென்று ஸ்டார்ட் பண்ணி வேகமாகச் சென்றான்...

அதில் கலங்கிப் போனவள், "மாமா நீங்களும் தான் எனக்கு முக்கியம்" என்று அவன் கையைப் பிடிக்க கோபத்தில் தட்டி விட்டான்...

வீடு வரும் வரை கதிர் பேசாமல் உம்மென்றே வர ஜானகி தவித்துப் போனாள்...

அவனையே பரிதாபமாகப் பார்த்துக் கொண்டு வந்தவளை, "இறங்கறையா உன்னோட வீடு வந்துருச்சு, போய் உனக்கு பிடுச்சவங்களை தொட்டில்ல போட்டு தாலாட்டு பாடு, நான் எப்படி போனா உனக்கு என்ன" என்று சொல்லி அவளைக் கீழே இழுத்து விட்டவன், அவள் கூப்பிட கூப்பிட சர்ர்ரென்று காரை எடுத்துக் கொண்டு பறந்து விட்டான்...

அவன் சென்ற வேகமே சொல்லியது அவனுடைய கோபத்தை, செய்வதறியாது கொஞ்ச நேரம் அங்கயே நின்றவள், பின் தான் மட்டும் கண்ணீருடன் இருட்டில் தனியாக இருப்பதை உணர்ந்து வீட்டுக்குள் சென்றாள்...

போய் தன் படுக்கையில் படுத்தவளுக்குத் தூக்கம் மட்டும் வருவேனா என்று அடம்பிடித்தது... நான் அப்படிப் பேசி இருக்க கூடாது, என் மேல மாமாவுக்கு எவ்வளவு பாசம் என்ற நினைவு அவளைத் தூங்க விடவில்லை...

போனை எடுத்து மாமா சாரி என்று அவனுக்கு மெஸேஜ் அனுப்பி, கொஞ்ச நேரம் அதையே பார்த்துக் கொண்டிருந்தாள்...

அவன் பார்த்துதக்கான அறிகுறி காட்ட, மகிழ்ந்து போனவள் எதாவது ரிப்ளை பண்ணுவானா என்று எதிர்பார்த்தாள்...

கதிர் எந்த ரிப்ளையும் பண்ணாமல் போகவே, அவளே மறுபடியும் மெஸேஜ் பண்ணினாள்... "மாமா பேசுங்க எனக்கு அழுகையா வருது, இன்னும் ஒரு ரெண்டு வருசம் நாம பார்க்காம இருந்திருந்தா நல்லாருக்கும்...

எந்த சலனமும் இல்லாம இருந்தவளை இப்படி பண்ணிட்டு, நீங்க போய்ட்டீங்க எனக்குத் தூக்கம் வரலை பேசுங்க மாமா", என்று அழும் சிம்பலையும் போட்டு அனுப்பினாள்...

அதில் இன்னும் கோபமடைந்தவன், "அப்போ என்னைப் பார்த்தது உனக்குச் சந்தோஷமா இல்லை வருத்தத்தைத் தான் தருது... அப்படித் தானே சரி நீ உன் இஷ்டபடி என்னமோ செய்டி, என்னை பாரமா நினைக்கற நீ எனக்கு வேண்டாம் போடி" என்று மெஸேஜ் அனுப்பிட்டு, போனை ஃஆப் பண்ணி போட்டுவிட்டுப் படுத்துவிட்டான்...

இவளோ இங்கே விடிய விடிய அழுது கண்ணெல்லாம் வீங்கிப் போய் அமர்ந்திருந்தாள்...

விடிந்து எழுந்து வந்த அபியும் விஷ்ணுவும் அவளைப் பார்த்து விட்டு, "அண்ணி என்னாச்சு? உனக்கு ஏன் உன் முகம் இப்படி வீங்கி இருக்கு?, அழுதிருக்கற யார் என்ன சொன்னாங்க?" என்று பதறினார்கள்...

அதுவும் அபி ஜானகியை அப்படி பார்த்ததும் அண்ணீ என்று அவளைக் கட்டிக் கொண்டு அழ ஆரம்பித்தாள்...

அவள் எதுவும் பேசாமல் அமர்ந்திருக்க, விஷ்ணு அவள் அருகில் இருந்த போனை எடுத்து பார்த்தான்...

அதிலிருந்த மெஸேஜ் எல்லாம் படித்து விட்டு அவனுக்குத் தலையும் புரியலை காலும் புரியலை, தங்களால் தான் அண்ணிக்கும் அண்ணாவுக்கும் சண்டை என்பது மட்டும் நன்றாகப் புரிந்தது...

அந்த போனை வைத்து விட்டு உள்ளே சென்று தன் போனை எடுத்து அண்ணாவுக்கு அழைத்தான். அது ஃஆப் என்று வந்தது...

வேறு வழியில்லாமல் வெளியில் சென்று அங்கிருந்த செக்யூரிட்டியிடம், "அண்ணாகிட்ட இப்பவே பேசனும்" என்றான்...

அந்த செக்கியூரிட்டி சில பேரைத் தொடர்பு கொண்டு கடைசியில் கதிர் பேசவும், அதை வாங்கி காதில் வைத்த விஷ்ணு, "அண்ணிக்கும் உனக்கும் என்ன சண்டை" என்றான்...

"என்னடா அறைஞ்சா ஒரு பல்லு வாயில இருக்காது, எனக்கும் அவளுக்கும் பிரச்சனைனா நீ ஏன் இடையில வர, உன் எல்லை எதுவோ அதோட நில்லு... எங்களுக்குள்ள வந்தீனா நல்லாருக்காது சொல்லிட்டேன்" என்றான் கோபத்துடன்...

கதிரின் பேச்சில் விஷ்ணுவுக்கு பயம் வரவும், "அதில்லை அண்ணா அண்ணி அழுதிருப்பா போல இருக்கு, கண்ணெல்லாம் வீங்கிப் போய் இருக்கா... அதைப் பார்த்ததும் கொஞ்சம் உணர்ச்சிவசப்பட்டுடேன், நீங்க வீட்டுக்கு வந்து அவகிட்ட பேசறீங்களா?...

அண்ணியப் பார்த்து அபியும் அழறா" என்றான்... கொஞ்ச நேரம் தன்னை நிலைபடுத்திக் கொண்டவன், "இப்ப எனக்கு அவசரமா வேலை இருக்கு, நானே அவகிட்ட பேசிக்கிறேன்" என்று சொல்லி விட்டு போனை வைத்துவிட்டான் கதிர்...

வீட்டுக்குள் சென்ற விஷ்ணு அபியும் ஜானகியும் சமையலறையில் இருப்பதைப் பார்த்து விட்டு அங்கே சென்றான்...

இரண்டு பேரும் முகம் கழுவி இருக்க, அபி அழுதது போல் தெரியவில்லை. ஜானகி கண் மட்டும் சிவந்து போய் வீங்கி இருந்தது...

அதைப் பார்த்து விட்டு விஷ்ணு எதுவும் சொல்லாமல் வெளியில் சென்று அமர்ந்து கொண்டான்... அண்ணிட்ட பேசலாமா? வேண்டாமா? அண்ணா சொன்ன மாதிரி அவங்க விசயத்துல நாம தலையிடாம இருந்துக்கலாமா?...

அதெப்படி இருக்க முடியும் பிரச்சனையே என்னாலயும் அபியாலையும் தானே, அண்ணி நினைச்சா அண்ணா கூடப் போய் சந்தோஷமா வாழலாம்...

எங்களையும் அண்ணா சும்மா விட்டுட மாட்டாங்க, அண்ணி பேச்சை மீறி நாங்க எதுவும் வாங்க மாட்டோம்னு அண்ணாவுக்கு தெருஞ்சு அமைதியா இருக்-

காங்க...

நானும் அபியும் ஹாஸ்டல்ல சேர்ந்துட்டா, அண்ணி அண்ணா கூடப் போயிருவாள்ள, என்று ஏதேதோ எண்ணம் தோன்றி அவனைக் குழப்பி எடுத்தது...

"விஷ்ணு வந்து காபி எடுத்துட்டு போ" என்று ஜானகியின் அழைப்பைக் கேட்டு எழுந்து உள்ளே சென்றான்...

காபியை வாங்கிக் கொண்டு, "அண்ணி உனக்கும் அண்ணாவுக்கும் என்ன சண்டை நீ ஏன் அழுதிருக்க" என்றான்...

"என்ன விஷ்ணு இதை எல்லாம் கேக்கற, நீ இன்னும் அவ்வளவு பெரிய ஆள் ஆகலை... படிக்கற வேலைய மட்டும் பார், எனக்கும் உங்க அண்ணாவுக்கும் இருக்கற பிரச்சனைய தீர்த்து வைக்கற அளவுக்கு நீ பெரிய ஆளும் இல்லை... அதை வெளியில் சொல்ற ஆள் நானும் இல்லை புரியுதா? போய் காலேஜ் கிளம்பர வேலையைப் பார்" என்றாள்...

"ஸாரி அண்ணி" என்றவன், என்னைத் திட்றதுல மட்டும் ரெண்டு பேரும் தெளிவா இருக்காங்க, இனி உன்னை எதுனாலும் கேட்டனா பாரு, என்று மனதில் புலம்பிக் கொண்டே சென்றான் விஷ்ணு...

16

அத்தியாயம் 16

அபியும் ஜானகியும் மத்த வேலைகளை முடித்துக் கொண்டு, கொஞ்சம் சீக்கிரமாகவே ஜானகி வேலைக்கு கிளம்பினாள்... அங்கயாவது கதிரைப் பார்த்து சமாதானப் படுத்தி விடலாம் என்ற ஆசையில்,

ஆனால் அன்று மட்டும் இல்லை தொடர்ந்து ஒரு வாரம் கதிரை பார்க்க முடியவில்லை... அவன் போனும் அணைத்து வைக்கப் பட்டிருக்க, என்ன செய்வது என்று தவித்துப் போனாள் ஜானகி...

நிச்சயம் மாமாவுக்கு வேற போன் இருக்கும், அவங்க போனை இவ்வளவு நாள் ஆப் பண்ணி வைக்க முடியாது, அந்த நெம்பரை யார்கிட்ட வாங்குவது...

வீட்டைச் சுத்தி இருந்த செக்கியூரிட்டிகளும் இப்ப இல்லை. அப்போ உண்மையாலுமே என் மேல வெறுப்பு வந்துருச்சா என்று நினைக்கும் போதே, கதறி அழலாம் போல இருந்தது அவளுக்கு...

அவளால் சரியாகச் சாப்பிடக் கூட முடியாமல், அவனின் நினைவாகவே இருந்தவளுக்கு, வீட்டுக்கு வந்து அபியையும் விஷ்ணுவையும் பார்த்து கொஞ்சம் நிம்மதியாக இருந்தாள்...

அன்று ஞாயிற்றுக்கிழமை என்பதால் இவளுக்கும் வாரத்தில் ஒரு நாள் லீவு என்ற வீதத்தில், அன்று லீவாக இருந்தது... பொறுமையாக எழுந்து அபியும் அவளும் நான்வெஜ் சமைத்துக் கொண்டிருக்க, விஷ்ணு உதவி செய்து கொண்டிருந்தான்...

மூன்று பேரும் பேசிக் கொண்டே வேலையைச் செய்து முடித்து விட்டு அபி குளிக்கச் சென்றாள், காலிங்பெல் அடிக்கவும் ஜானகி எழுந்தாள்... "நீ இரு அண்ணி நான் பாக்கறேன்" என்று விஷ்ணு சென்று கதவைத் திறந்தான்...

அங்கே ஐந்து பேர் நிற்கவும், அவர்களைப் பார்த்தாலே தெரிந்தது ஒரே குடும்பத்து ஆட்கள் என்று... விஷ்ணு, "நீங்க யாரு உங்களுக்கு என்ன வேணும்"

என்றான்...

அங்கே அப்பா ஸ்தானத்தில் இருந்த ஒருவர், "உள்ள போய் பேசலாமா? தம்பி" என்றதும், விஷ்ணு கதவை நன்றாகத் திறந்து, "வாங்க" என்றான்...

அனைவரும் உள்ளே வரவும் விஷ்ணு அவர்களை உட்காரச் சொல்லி விட்டு சமையலறைக்குச் சென்று, "அண்ணி யாருண்ணு தெரியலை நாலைந்து பேர் வந்திருக்காங்க, நீயும் வா என்னன்னு கேக்கலாம்" என்றான்...

யாருன்னு கேட்க்க வேண்டியது தானே விஷ்ணு என்ற ஜானகி யோசனையுடன் விஷ்ணு பின்னே சென்றாள்...

வந்திருந்த இரு பெண்ணில் ஒருத்தி முகத்தைச் சுழித்துக் கொண்டே, வீட்டைச் சுற்றிலும் பார்வையை ஓட்டியவள், "ஏண்டா இதெல்லாம் என்ன குடும்பம்ன்னு உனக்கு இந்த வீட்டுப் பொண்ணை புடுச்சிருக்கு...

கொஞ்சமாவது நம்ம அந்தஸ்துக்குத் தகுந்த இடமா பார்த்துக் காதலிக்கக் கூடத் தெரியாத, உன்னை எல்லாம் வெச்சுகிட்டு அம்மாவும் அப்பாவும் பாவம்" என்றாள்...

இதைக் கேட்டு அதிர்ந்து போன விஷ்ணுவும் ஜானகியும் ஒருவரை ஒருவர் பார்த்துக் கொண்டார்கள்... "நீங்கெல்லாம் யாரு எங்க வீட்ல வந்து எங்களையே பேசறீங்க, உங்களுக்குத் தகுதிக்குத் தகுந்த இடமா போக வேண்டியது தானே, நாங்க் எப்போ உங்களுக்கு பொண்ணு தாறோம்ன்னு சொன்னோம்" என்றாள் கோபத்துடன் ஜானகி...

"அண்ணா பார்த்தியா இந்த மிடில் கிளாஸ்க்கே இருக்கற திமிரை" என்று அமைதியாக ஜானகியை விழியகலாமல் பார்த்துக் தொண்டிருந்த, அண்ணனிடம் புகார் படித்தாள் அந்தப் பெண்...

விஷ்ணு அந்த ஆளின் பார்வை தன் அண்ணி மீது படுவது பிடிக்காமல், அவளை மறைத்துக் கொண்டு நின்றவன், "எந்திருச்சு வெளில போறீங்களா?" என்றான்...

"என்ன எங்களையே வெளிய போகச் சொல்றையா? நாங்க யார் தெரியுமா?" என்று குதித்த அந்தப் பெண்ணை அடக்கிய அந்த பெரிய மனிதர், "தம்பி என் பேர் கேசவன்...

இது என் மனைவி பேர் சுபத்ரா, இவ்வளவு நேரம் உங்கிட்ட பேசினது என் பொண்ணு பிரீத்தி, அவளுக்கு கல்யாணமாயிருச்சு... இது என் பெரிய பையன் சரண், இது என் சின்னப் பையன் சங்கர்...

என் சின்னபையன் உங்க வீட்டுப் பெண் அபிய விரும்பறான்... நாங்களும் எவ்வளவோ புத்தி சொல்லி பார்த்துட்டோம்... அவ இல்லைனா செத்து போவேன்னு மருந்தக் குடிக்கப் போயிட்டான்... அதான் வேற வழியில்லாமல் பொண்ணு கேக்க வரவேண்டியதா போச்சு" என்றார்...

"இல்லைனா எங்க வசதிக்கும் தகுதிக்கும் இப்படி ஒரு வீட்டு வாசலைக் கூட மிதிக்க மாட்டோம்" என்று அவரின் மனைவி சொல்லியதும், ஜானகிக்கு வந்த கோபத்துக்குத் திட்ட வாயைத் திறக்கும் போது, குளித்து விட்டு வெளியில் வந்த அபி, சங்கரைப் பார்த்ததும் அவள் கண்ணில் நிமிஷ நேரத்தில் வந்து போன மின்னலைப் பார்த்து விட்டாள் ஜானகி...

அவர்களைத் திட்ட வந்த வார்த்தையை வாய்க்குள்ளேயே மென்று விழுங்கி விட்டு, "அவ்வளவு கஷ்டப்பட்டு ஏன் எங்க வீட்டுப் பெண்ணை கல்யாணம் பண்-நீங்க, அப்படி உங்களை விடப் பணத்தை தவிர வேற எந்த விதத்தில் நாங்க குறைந்து போய் விட்டோம்" என்றாள் ஜானகி...

சுபத்ரா பேச வரவும், அதுவரை ஜானகியையே பார்த்துக் கொண்டிருந்த சரண், "நீங்க இருங்க அம்மா" என்று சொல்லி விட்டு, "உங்க வீட்டு குறையை நான் சொல்லட்டுமா?..

இந்த வீட்ல பெரியவங்க யாரும் இல்லை. இவங்க ரெண்டு பேரும் உன்னை அண்ணின்னு கூப்பிடறாங்க, அப்போ இவங்க அண்ணன் எங்கே? கொழுந்தனா-ரோடு ஒரே வீட்டுல இருக்தற உனக்குப் புருஷன் எங்கே?..

இப்படி அடிப்படை ஒழுக்கம் கூட இல்லாத இடத்துல, பெண் எடுக்கனும்னு எங்க தலை எழுத்து" என்று சொல்லி முடிக்கவும். பொங்கி எழுந்த விஷ்ணு, அவனை அடிக்கப் போக ஜானகி அவனை இழுத்துப் பிடித்துக் கொண்டாள்...

"விஷ்ணு கொஞ்சம் அமைதியா இரு இவங்ககிட்ட எதுவும் பேசாதே, நம்ம வீட்லயே எதோ தவறு நடந்திருக்கும் போல இருக்கு. நாம அபிட்ட பேசிட்டு அப்பறமா பேசிக்கலாம்" என்றதும், அபியை நிமிர்ந்து பார்த்த விஷ்ணு கோபத்து-டன் பல்லைக் கடித்துக் கொண்டு அமைதியாகி விட்டான்...

ஜானகியும் மேற்கொண்டு எதுவும் பேசாமல் இருக்க, சரணே எகத்தாளமாகச் சிரித்து விட்டு, "என் தம்பிக்கு வெளிநாட்ல பிஸ்னெஸ் ஸ்டாட் பண்ணி கொடுத்-திருக்கேன்... அவன் அங்க போகப் போறான், கல்யாணம் பண்ணி அனுப்பலாம்னு இருக்கோம்...

உங்க பொண்ணோட படிப்பும் கெட்டுப் போகாது, அங்கயே படிக்க வைக்-கறோம். கல்யாணத்தை கிராண்டா பெரிய அளவில் தான் நடத்தப் போறோம், உங்களுக்கு எந்த செலவும் இல்லை...

கல்யாணத்துக்கு நாள் குறிக்கலாமா?" என்றான் சரண்... ஜானகி தனக்கு இருந்த கோபத்தைக் கட்டுப்படுத்த முடியாமல், போய் அபியை இழுத்துக் கொண்டு அறைக்குச் சென்றவள், ஓங்கி ஒரு அறை விட்டாள்...

"என்னடி பண்ணியிருக்க அவனை தெரியாதுன்னு மட்டும் சொல்லாதே, அவனைப் பார்த்ததும் உன் கண்ணுல வந்த ஒளிய நான் பார்த்துட்டேன்... உனக்கு எங்கிருந்து இவ்வளவு தைரியம் வந்துச்சு நமக்கு இவ்வளவு அசிங்கம்

தேவையா?..

நீ மட்டும் இப்படி ஒரு தப்பை பண்ணாம இருந்தீன்னா, அவங்களை இந்நேரம் ஓட ஓட விரட்டி இருப்பேன்" என்று பொரிந்து தள்ளினாள்... விஷ்ணுவும் உள்ளே வந்தவன் அபியை அடிக்கப் போக, அவன் பின்னே வந்து சரண் அதிகாரமாக, "எங்க வீட்டுக்கு வரவேண்டிய பொண்ணை அடிக்க உங்களுக்கு என்ன உரிமை இருக்கு" என்றான்...

அபி அழுதுபடி கண்ணத்தைப் பிடித்துக் கொண்டவள், "அண்ணி அவனை நான் விரும்பலை, பிரண்டா தான் பழகினோம்... அவனை எனக்குப் பிடிக்கும் அவ்வளவு தான் நீங்க நினைக்கற மாதிரி எதுவும் இல்லை" என்றாள் தேம்பிக் கொண்டே....

"அப்போ எந்த தைரியத்துல இவங்க பொண்ணு கேட்க்க வந்திருக்காங்க" என்றாள் அபியிடம்... "தெரியலை அண்ணி நான் எந்த தவறும் செய்யலை" என்றாள்...

சரண் குறுக்கே புகுந்து, "உனக்கு என் தம்பிய பிடிக்குமா? பிடிக்காதா? அதைச் சொல்லு" என்றான்... அபி, "பிடிக்கும் அதுக்காக பொண்ணு கேட்டு வருவீங்களா?..

எங்க அண்ணியையும் அண்ணனையும் அசிங்க படுத்தறீங்க" என்று கோபத்துடன் கேட்டாள்...

"நான் அப்பவே சொன்னேன் என் தம்பி மருந்தை குடிக்க போகும் போது, உங்களை எல்லாம் போலீஸ்ல புடுச்சு குடுத்து கம்பி எண்ண வைக்கனும்னு, எங்க அப்பா தான் இந்த ஏற்பாட்டைப் பண்ணி தொலைச்சார்" என்றான் எரிச்சலுடன் சரண்...

ஜானகியும் விஷ்ணுவும் அதிர்ச்சியுடன் குழம்பிப் போய் நின்றார்கள்...

ஜானகி, "அபி இது உன் வாழ்க்கைப் பிரச்சனை நீ தான் வாழப் போற, உனக்கு அந்தப் பையனை பிடுச்சிருக்கான்னு சொல்லு எங்களைப் பத்தி கவலைப் படாதே, நீ எந்த முடிவை எடுத்தாலும் நாங்க உனக்கு துணையா இருப்போம்" என்றாள்...

அபி கொஞ்ச நேரம் அமைதியாக இருந்தவள் மெல்ல, "அண்ணி பிடுச்சிருக்கு நீங்க என்னைத் தப்பா நினைப்பீங்களா?" என்றாள்...

விஷ்ணு அவள் முடியைக் கொத்தாகப் பிடித்து, "இங்க ஒருத்தி நமக்காக வாழ்க்கையப் பறிகொடுத்துட்டு நிக்கறா,

உனக்கு எவ்வளவு திமிர் இருந்தால் இப்படி பண்ணுவ" என்று அடித்தான்...

ஜானகி குறுக்கே புகுந்தவள், "விஷ்ணு அவளை அடுச்ச எனக்குக் கோபம் வரும், பேசாம இருக்கியா எப்படி இருந்தாலும் கல்யாணம் பண்ணத்தானே போறோம்... அவளுக்கு பிடுச்ச பையனுக்கே கல்யாணம் பண்ணி வைக்கலாம்"

என்றவள், "சார் நீங்க தேதி முடிவு பண்ணிட்டு சொல்லுங்க, எங்களால் என்ன பண்ண முடியுமோ பண்றோம்" என்றாள்...

தோளைக் குலுக்கிக் கொண்டு சரி என்றவன், திரும்பிச் செல்லும் போது ஜானகியை அழுத்தமாக ஒரு பார்வை பார்த்து விட்டுச் சென்றான்... அது ஜானகிக்கு பிடிக்கவில்லை என்றாலும் அபிக்காக பொருத்துக் கொண்டாள்...

அவனோடு வெளியில் வந்து வழியனுப்பி விட்டு, வீட்டுக்குள் வரும்போது ஜானகி வெறுமையாக உணர்ந்தாள்...

அப்படியே போய் இருக்கையில் சரிந்தவளுக்கு, கண்ணீர் மட்டும் மாலை மாலையாகப் போனது...

அபி அவளுக்குக் கீழே மண்டி போட்டு அமர்ந்து, "அண்ணி என்னை மன்னிச்சிரு அவன் தான் முதல்ல சொன்னான்... நான் வேண்டாம்னு தான் சொன்னேன், கொஞ்சம் கொஞ்சமா என் மனசை மாத்திட்டான்" என்றாள் அழுத விழிகளுடன்...

அவளையே பார்த்துக் கொண்டிருந்தவள், அணைத்துக் கொண்டாள்... தன் துயரத்தை தனக்குள்ளேயே போட்டு விழுங்கியவள், "உனக்கு பிடுச்சிருக்கா அபி" என்று பையனைப் பத்தி அவளிடம் விசாரித்தாள்...

"சங்கர் நான் காலேஜ் சேரும் போது பைனல் இயர் படுச்சிட்டு இருந்தான் அண்ணி, இப்ப முடுச்சுட்டு அவங்க குடும்பத் தொழிலைப் பாக்கறான்...

சீனியர்ஸ் எல்லாம் என்னை ரேக்கிங் பண்ணினாங்க, அப்போ சங்கர் தான் அவங்ககிட்ட இருந்து காப்பாத்தினான்... அதுக்குப் பிறகு எங்களுக்குள்ள நட்பு இருந்தது பார்த்தால் சிரிப்போம் அவ்வளவு தான்...

அவன் காலேஜ் முடுச்சு போகும் போது என்கிட்டக் காதலைச் சொன்னான்... நான் மறுத்து விட்டேன் அதுக்கப்பறமும் விடாமல் அடிக்கடி வந்து என்னிடம் பேசினான்... எனக்கே தெரியாமல் நானும் அவனை விரும்ப ஆரம்பிச்சுடேன்...

நம்ம குடும்ப நிலையை நினைச்சு தான் நான் இதைச் சொல்லலை அண்ணி" என்றாள் அபி...

"சரி விடு பையன் நல்லவனா இருந்தால் சரி" என்ற ஜானகி...

இதை எல்லாம் ஓரமாக அமர்ந்து பார்த்துக் கொண்டிருந்த விஷ்ணுவிடம், "நீயும் பையனைப் பத்தி விசாரிடா" என்றாள்...

"அந்தப் பெரிய மனுஷிக்குத் தெரியாததா எனக்கு தெருஞ்சறப் போகுது" என்று சொல்லி விட்டு எழுந்து உள்ளே சென்று விட்டான் விஷ்ணு...

அபி அழுது கொண்டே அண்ணியைப் பார்க்க, "விடு ரெண்டு நாள் கோபம் இருக்கும் பின் சரியாகப் போகும்டா" என்று அவளுக்கு ஆறுதல் கூறினாள் ஜானகி...

17

அத்தியாயம் 17

ஜானகி மனசளவில் ரொம்பவே உடைஞ்சு போய்விட்டாள்... இந்த சமயத்தில் கூடக் கதிர் இருந்தால் நல்லாருக்கும் என்று அவள் மனது ஏங்க ஆரம்பித்திருந்தது...

அவளை அந்த நிலையில் பார்க்க முடியாத விஷ்ணு, அண்ணன் இருப்பிடம் தேடிச் சென்றான்...

அங்கே அவனைப் பார்ப்பது மிகவும் சிரமம் என்றாலும், அவனுக்குக் காவலிருந்த செக்யூரிட்டிகளில் சிலருக்கு விஷ்ணுவைத் தெரிந்திருந்தது... அதனால் அவனை உள்ளே அனுப்பி வைத்தார்கள்...

கதிர் வரவேற்பறையில் சகவாசமாக அமர்ந்து செய்தித்தாள் படித்துக் கொண்டிருந்தான்...

விஷ்ணுவைப் பார்த்ததும் அதிர்ந்து போய் எழுந்து பதற்றத்துடன், "ஜானுவுக்கு எதுவுமில்லையே" என்று கேட்டான்...

அவனையே பார்த்துக் கொண்டிருந்த விஷ்ணு, "இவ்வளவு பதட்டப்படறீங்களே அப்பறம் ஏன் உங்களுக்கு இந்தக் கோபமெல்லாம்" என்றான்...

"முதல்ல ஜானு எப்படி இருக்கான்னு சொல்லு, மத்ததை எல்லாம் அப்பறமா கேக்கறேன்" என்றான்.

"அண்ணிக்கு எதுவும் இல்லை நல்லா தான் இருக்கா, ஆனா மனசளவில் உடைஞ்சு போயிட்டா...

நீயும் கல்யாணம் பண்ணி இப்படி விட்டுட்டுப் போயிட்ட, அபியும் லவ் பண்றேன்னு வந்து நிக்கறா...

அவங்க பொண்ணுக் கேட்டு வந்து எங்களை அவமானப்படுத்திட்டுப் போறாங்க. வசதியானவங்களாம் அவங்க தகுதிக்கு இந்த வீட்ல பொண்ணு கட்டறது அசிங்கமாம் இப்படி எல்லாம் பேசறாங்க... அவங்களை என்னால எதுவும்

பண்ண முடியலை... அண்ணி எதுவும் பேசக் கூடாதுன்னு என்னை தடுக்கறா" என்றான் வேதனையுடன்...

அம்மா உன் ஆசை நிறைவேருச்சா, உன் புள்ளைங்களை காப்பாத்தறேன்னு ஜானுவை பழிவாங்கிட்டயே, உன் ரத்தம் தானே அவளும் நாங்க சொன்னா மட்டும் கேட்ருவாளா என்ன? அத்தை வாக்குன்னு தூக்கிட்டுத் திரிவாளே, என்று புலம்பினான்..

விஷ்ணு, "அபி விரும்புன பையன் நல்லவனா விசாரிச்சீங்களா நானும் விசாரிக்கட்டுமா?" என்றான்,..

"நாங்களே விசாரிச்சிட்டோம் பையன் நல்லவன் தான்... அபியை நல்லா வெச்சுப்பான், ஆனா நம்மளைத் தான் ஒரு பைசாவுக்கு மதிக்க மாட்டாங்க" என்றான் விஷ்ணு...

"உன்னையே பேசக் கூடாதுன்னு சொல்றவ, நான் வந்தாலும் பேச விடமாட்டா... அவ கொடுத்த வாக்குபடி இந்தக் கல்யாணத்தை நடத்துங்க...

கல்யாணம் முடுஞ்ச அடுத்த நொடி அவளையும் உன்னையும் நான் இங்க கூட்டி வந்துருவேன், அதுவரை கூட இருந்து அவளைப் பார்த்துக்க...

நான் பணம் தந்தா உங்க அண்ணி வாங்குவாளா?" என்றான் கதிர்...

"வாங்கமாட்டா அண்ணா. மாமா அண்ணிக்காகச் சேர்த்து வெச்சிருந்த நகையையும், அண்ணி எடுத்துக்கிட்டுத் தான் வந்திருந்தா. அதை அப்படியே அபிக்குப் போட்டு கல்யாணம் பண்ணிரலாம்...

நம்ம வசதிக்கு வேற எதுவும் செய்ய முடியாது, அம்மா அப்பா இருந்த வீட்டை அபி பேருக்கு மாத்தி கொடுத்தறலாம்... நானும் நீயும் உங்க அண்ணா வீட்டுக்குப் போயறாலாம்ன்னு சொன்னா" என்றான் விஷ்ணு...

"சரி அப்படியே செய்ங்க நான் இருந்தும் இத்தனை பணம் இருந்தும் எதுவும் செய்ய முடியலை... உங்க அண்ணி மட்டும் கொஞ்சம் இறங்கி வந்தா, இதெல்லாம் ஒரு பிரச்சனையே இல்லை... அவளை ராணி மாதிரி வெச்சுப் பார்த்துப்பேன், அவளையும் கஷ்டப்படுத்திட்டு நம்மளையும் கஷ்டப்படுத்தறாளே" என்றான் கதிர் வருத்தத்துடன்...

"விஷ்ணு உன் வாழ்க்கையாவது என் இஷ்டப்படி நடக்க விடுவியா? இல்லை உங்க அண்ணி சொல்ற மாதிரி தான் கேட்பியா?" என்றான் கதிர்...

"நீங்களே முடிவெடுங்க அண்ணா. இதுக்கு மேலையும் அண்ணிக்குக் கஷ்டத்தைக் கொடுக்க வேண்டாம்" என்றான் விஷ்ணு...

"சரிடா அபி கல்யாணம் முடுஞ்சு வந்ததும் வெளிநாட்ல போய் படிக்கற வேலையப் பார்... என்ன படிக்க ஆசைப்படறையோ, எந்த நாட்ல படிக்கனும்னு நினைக்கறையோ அங்க படிக்க வைக்கறேன்...

அபிக்கு இன்னும் கொஞ்சம் நகை போட்டு, சொத்து ஏதும் கொடுத்தா தானே போற இடத்துல அவளுக்கு மரியாதையா இருக்கும், அதுக்கு என்ன பண்றது" என்றான் யோசனையுடன் கதிர்...

எவ்வளவு யோசித்தும் ஜானகியை மீறிச் செய்யும் துணிவு இருவருக்குமே வரவில்லை... "சரிடா நடக்கறது நடக்கட்டும் நீ என்கிட்ட சொன்ன மாதிரியே காட்டிக்காதே, அவளே முன்னின்று நடத்தட்டும் எப்ப நான் தேவையோ அப்ப அங்க இருப்பேன்" என்றான் கதிர்...

"சரிங்க அண்ணா நான் கிளம்பறேன்" என்றவனைச் சாப்பிட்டு போகலாம் இரு என்று சொன்னவன், பெல்லை அடித்தான் சமையலறையிலிருந்து ஒரு ஆள் ஓடி வந்தான்...

"டிபன் ரெடியா?" என்றான் கதிர்.

"ரெடியா இருக்குங்க ஐயா" என்றான் பவ்வியமாக வேலையாள்...

"எடுத்து வைங்க வரோம்" என்று சொன்னவன், விஷ்ணுவையும் அழைத்துக் கொண்டு சாப்பிடச் சென்றான்...

சாப்பிட்டு முடித்துவிட்டு விஷ்ணுவை அனுப்பி வைத்தவனுக்கு, ஜானகியை நினைத்து மனம் வேதனைப் பட்டது. அப்படியே சென்று சோபாவில் அமர்ந்தான்...

கொஞ்சம் விட்டுக் கொடுத்தால், இந்தக் கல்யாணத்தை ஊரே மெச்சற மாதிரி நடத்திருவேன் என்று அவன் மனம் வாதிட்டது... அவன் வேலை அவனை அழைக்க, எழுந்து சென்றான் கதிர்...

மாப்பிள்ளை வீட்டில் கல்யாணத் தேதி குறித்து விட்டு ஜானகிக்கு போன் பண்ணி சரண் சொன்னதும், "சரிங்க" என்று சொல்லி விட்டு போனைக் கட் பண்ணி விட்டாள்...

மறுபடியும் அதே போனிலிருந்து கால் வரவும், யோசனையுடன் எடுத்து "ஹலோ" என்றது தான் தாமதம், "உன் இஷ்டத்துக்கு போனை வெச்சுடினா எப்படிக் கல்யாண வேலையைப் பாக்கறது, முன்னப் பின்ன இதெல்லாம் பார்த்திருந்தால் தானே உனக்குத் தெரியும்" என்று திட்டியவன்,

மண்டபத்துக்குப் பணம் கட்டனும், துணி எடுக்கப் போகனும், பத்திரிக்கை அடிக்கனும் இதுக்கெல்லாம் கூட நீயும் உன் கூடச் சுத்துவானே கொழுந்தன்னு சொல்லிட்டு அவனும் அபியும் வரனும்" என்றான்...

இதை எல்லாம் கேட்ட ஜானகிக்கு இப்போதே தலை வலிப்பது போல் ஆனது... இப்படிக் கேவலமா பேசும் இவன் முன் போய் நிற்கனுமா? என்ற நினைவே அவளுக்கு வேப்பங்காயாக கசந்தது...

இதுக்கு மேல் பொறுமையைப் பிடித்து வைக்க முடியாத விஷ்ணு போனைப் பிடுங்கி, "நீங்க என்ன சொல்றதா இருந்தாலும் என்கிட்ட சொல்லுங்க நான் பார்த்துக்கறேன்" என்றான்...

"நீ அவ்வளவு பெரிய ஆளா படிக்கற பையன்கிட்ட கல்யாண வேலையைக் கொடுக்க முடியுமா?" என்று கேளியாகச் சொன்ன சரண் போனை வைத்து விட்-டான்...

கோபத்துடன் விஷ்ணு, "அண்ணி அவசியம் இந்தக் கல்யாணம் நடக்கனுமா? இப்பவே இந்தப் பேச்சு பேசறவங்க கல்யாணத்துக்குப் பிறகு என்னவெல்லாம் பேச-மாட்டாங்க" என்றான்...

"விஷ்ணு கோபப்படாத அபியும் அந்தப் பையனை விரும்பி இருக்கா, விரும்-பினவங்க பிரிந்திருக்கிற சாபம் என்னோடும் உங்க அண்ணனோடும் போகட்டும், அவளாவது சந்தோஷமா இருக்கட்டும்...

எனக்கு எங்கப்பா சேர்த்து வெச்சது அத்தையோட நகை, அந்த பெரிய வீடு எல்லாமே அபிக்கு கொடுத்து நல்ல முறையில கல்யாணம் பண்ணி வைக்கலாம்" என்றாள்...

"உன் இஷ்டப்படியே செய் அண்ணி ஆனால் அந்த சரண் உன்னைப் பார்க்கற பார்வை சரியில்லை" என்று எச்சரிக்கை செய்தான்...

சிரித்த ஜானகி, "நீ அதைப் பத்தி கவலைப்படாதே பொருளுக்குச் சொந்தக்கா-ரன் எங்க இருந்தாலும் காவல் காத்துகிட்டுத் தான் இருப்பான்... அவன் கையில சிக்கினா இந்த சரணை இருக்கற இடமே தெரியாம பண்ணிருவான், என்றாள்...

"ரொம்ப நம்பிக்கை தான். வந்தா ஓடவிட வேண்டியது, போனதுக்கு பிறகு கண்ணு வீங்கற அளவுக்கு அழவேண்டியது" என்றான் அவனும் சிரித்துக் கொண்டே...

"போடா நீயும் நல்லா பேசிப் பழகிட்ட" என்று அவனைச் செல்லமாக அடித்த-வள், சமையலைக் கவனிக்கச் சென்றாள்... விஷ்ணு அவன் வேலையைப் பார்க்-கச் சென்றான்...

அடுத்த ஒரு வாரத்தில் சங்கர் அவனுடைய அண்ணன் சரணுடன் ஜானுவின் வீட்டிற்கு வந்தான்...

சங்கரைப் பார்த்ததும் முகமெல்லாம் பல்லாகச் சிரித்துக் கொண்டு வரவேற்று உட்காரவைத்து விட்டு, சமையலறைக்குச் சென்றாள் அபி...

"அண்ணி சங்கர் வீட்ல இருந்து வந்திருக்காங்க" என்று சொன்னாள்...

ஜானகி சமையல் செய்து கொண்டிருக்க, விஷ்ணு வெங்காயம் கட்பண்ணிக் கொடுத்துக் கொண்டிருந்தான்...

"என்ன விஷயமா வந்திருக்காங்கன்னு கேட்டையா?" என்றாள் ஜானகி...

"நான் கேட்கலை அண்ணி சங்கர் தான் முகூர்த்தப் புடவை எடுக்கப் போகனும்னு சொன்னான்" என்றாள்...

"இன்னைக்கா?" என்று யோசனையுடன் சொன்னவள், "சரி போய் பார்க்க-றேன்" என்று சொல்லி விட்டுச் சென்றவள் பின்னே விஷ்ணுவும் சென்று, அவள்

பக்கத்திலேயே நின்று கொண்டான்...

ஜானகி வந்ததும் சரண் பார்வை அவள் மேல் படிந்ததும், விஷ்ணு சரணையே முறைத்துக் கொண்டு நின்றான்...

இதை எதையும் அறியாத சங்கரும் அபியும், அவர்கள் காதலில் மூழ்கியிருந்தார்கள்...

கொஞ்ச நேரம் பொருத்துப் பார்த்த விஷ்ணு, "சரண் சார் கொஞ்சம் என்னையும் பார்த்துப் பேசலாம்... ஏன் உங்களுக்கு ஆண்களைப் பார்த்துப் பேச வராதா?, எப்ப பார்த்தாலும் கல்யாணமான பொண்ணையே பார்த்துப் பேசிட்டு இருக்கீங்க" என்றான் எரிச்சலுடன்...

"கல்யாணமாயிருச்சா எங்கே புருஷனை காட்டுங்க பார்க்கலாம், யார்கிட்ட டிராமா பண்ணிட்டு இருக்கீங்க" என்றான் சரண் கிண்டலுடன்...

"அவங்க புருஷன் வந்தா நீங்க தாங்க மாட்டீங்க எதுக்கும் உடம்ப தயாராவே வெச்சிருங்க" என்றான் அவனும் கிண்டலாகவே...

"பார்ப்போம் பார்ப்போம்" என்றவனின் பார்வை அப்போதும் ஜானகி மேலேயே இருந்தது...

ஜானகி திரும்பி அவனை முறைத்து விட்டு, "என்ன விஷயமா வந்தீங்க" என்று பட்டுக் கத்தரித்தார் போல் கேட்டாள்...

அவளின் கோபத்தை ரசித்துக் கொண்டே, "அம்மா முகூர்த்தப் புடவை எடுக்க உங்களை எல்லாம் கூட்டி வரச் சொன்னாங்க" என்றான் சரண்...

"விஷ்ணு அபியைக் கூட்டிட்டு இவங்க கூடப் போயிட்டு வந்துரு" என்று சொல்லி விட்டு உள்ளே செல்லப் பார்த்தவளை, "ஜானு உன்னையும் தான் வரச் சொன்னாங்க" என்றான்...

அவ்வளவு தான் அவளுக்கு எங்கிருந்து அவ்வளவு கோபம் வந்ததோ, "இன்னொரு முறை ஜானுன்னு கூப்பிட்ட கன்னம் பழுத்திரும், ஒழுங்கு மரியாதையா முழுப் பேரையும் சொல்லிக் கூப்பிடு" என்று பத்ரகாளியாக நின்றாள் ஜானகி...

18

அத்தியாயம் 18

ஜானகியை அதப்படிப் பார்த்த சரண் கொஞ்சம் பின்வாங்கியவன், "இனி அப்படி கூப்பிடலை அம்மா உன்னையும் அபியையும் கூட்டிட்டு வரச் சொன்னாங்க" என்றான்...

கொஞ்ச நேரம் அமைதியாக நின்றவள், அபியும் சங்கரும் மிரண்டு போய் அவளையே பார்த்துக் கொண்டிருப்பதைக் கவனித்து விட்டு, "சரி இருங்க ரெடியாகி வரோம்" என்றவள், "அபி நீ போய் ரெடியாகு" என்று சொன்னவள், "விஷ்ணு வா" என்று சொல்லி விட்டு அறைக்குச் சென்றாள்...

விஷ்ணுவும் பின்னாடியே சென்று, "அண்ணி இதுக்கு நீ போய் தான் ஆகனுமா? அவனுடைய பேச்சும் நடவடிக்கையும் சரியில்லை... வரலைன்னு முடிவா சொல்லிரு அபியை நான் கூட்டிப் போய்ட்டு வரேன்" என்றான்...

"விஷ்ணு அபி முன்ன மாதிரி இல்லை நாம எது சொன்னாலும் அவளுக்குத் தப்பா தான் படும். நம்மளை விட சங்கரை தான் அதிகம் விரும்பறா... எப்படியாவது சமாளிச்சு இந்த கல்யாணத்தை முடிப்போம், நீ என் கூடவே இருடா அது போதும் எனக்கு... போய் சீக்கிரம் ரெடியாகி வா" என்று சொல்லி அனுப்பி விட்டு அவளும் ரெடியானாள்...

மூன்று பேரும் ரெடியாகி வர, "பொண்ணுங்க புடவை எடுக்கப் போறாங்க நீ அங்க என்ன பண்ணப் போற" என்றான் விஷ்ணுவிடம் சரண்...

அவனுக்கு விஷ்ணு இப்படி ஜானகி பின்னாடியே சுற்றுவது பிடிக்க வில்லை... அந்தக் கோபத்தில் அவனைக் கேலி செய்தான்...

"நானும் என் அண்ணிக்குப் புடவை எடுக்கனும் அதுக்குத் தான் வரேன், அதுல உங்களுக்கு எதாவது பிரச்சனையா?" என்றான் எரிச்சலுடன் விஷ்ணு...

அதுக்கு மேல் எதுவும் சொல்லாமல் சரண் முன்னாடி செல்ல, "அண்ணா அவர் விளையாட்டுக்கு கேட்டிருக்கார் நீ எதுக்கு இவ்வளவு கோபமா பதில்

சொல்ற. சரண் அத்தான் ரொம்ப நல்லவர் தெரியுமா?, அவரால் தான் இந்தக் கல்யாணமே நடக்கப் போவுது...

இனி இப்படி பேசாதே, அண்ணி நீ சொல்லு" என்று ஜானகியையும் துணைக்கு அழைத்தாள்...

"சரி அபி இனி அவன் பேசமாட்டான் வா போகலாம்" என்று சொல்லி விட்டு எரிச்சலுடனே முன்னாடி செல்லவும், அபி அவளுடனே சென்றாள்... விஷ்ணு வீட்டைப் பூட்டி விட்டு அவர்களோடு சென்றான்...

மொத்தக் குடும்பமும் புடவைக் கடையில் இருக்க, ஜானகி அபியுடன் சென்றாள்... அங்கே அவளிடம் நல்ல முறையில் பேசியவர்கள், ஜானகியிடமும் விஷ்ணுவிடமும் வெறுப்பைக் காட்டினார்கள்...

அபிக்கு முகூர்த்தப் புடவை செலக்ட் பண்ணியதும் ஜானகி, "மாப்பிள்ளைக்கு நாங்க துணி எடுக்கனும் வேற கடைக்குப் போகலாமா?" என்று கேட்டாள் சுபத்ராவிடம்...

"சங்கர் இந்தக் கடையில் தான் துணி எடுப்பான். அதனால நீங்க இங்கயே அவனுக்கு எடுத்துருங்க" என்றாள் அவனின் அம்மா...

ஜானகி விஷ்ணுவைப் பார்த்தாள். அவனே முன்னாடி வந்து, "எங்க தகுதிக்கு இந்தக் கடையில் எடுத்துக் கொடுக்க முடியாது வேற கடையில பார்க்கலாம்" என்றான்...

"அண்ணா நீ பேசாம இரு உனக்கு ஒன்னும் தெரியாது, அண்ணி சொல்லட்டும்" என்றாள் அபி...

ஜானகி தயங்கியவள் சமாளிக்க முடியுமா என்ற பயம் மனசைக் கவ்விக் கொண்டது... கண்ணில் நீர் வராமல் இருக்கப் பெரிதும் கஷ்டப்பட்டாள்...

"சரி இங்கயே எடுங்க" என்று சொல்லி விட்டு விஷ்ணுவின் அருகில் போய் நின்று கொண்டாள்...

இதை எல்லாம் கதிர் கடையின் மேல் மாடியில் இருக்கும் சிசிடிவி கேமராவில் பார்த்துக் கொண்டிருந்தவன், விஷ்ணுவுக்கு போன் பண்ணினான்...

அண்ணன் போன் வரவும் தனியாகச் சென்று, "சொல்லுங்க அண்ணா கடையில் தான் இருக்கோம்" என்றான்...

"ஜானுவ என்னடா சொன்னாங்க" என்றான்...

விஷ்ணு நடந்ததைச் சொன்னவன், "இப்படி எல்லாம் நடக்கும்ன்னு எனக்குத் தெரியும் அதான் உங்களுக்கு போன் பண்ணிச் சொன்னேன்" என்றான்...

"இது நம்ம அபி தானா? கொஞ்சம் கூட அண்ணி கஷ்டப்படுவாளேன் இல்லாம, அவங்க கூடச் சேர்ந்துகிட்டு எப்படி மாறிப்போனா இனி எனக்குத் தகவல் மட்டும் சொல்லு விஷ்ணு. இந்தக் கண்றாவிய எல்லாம் என்னால பார்க்க முடியாது...

நான் கிளம்பறேன் என் ஆளுங்க ரெண்டு பேர் உங்க பின்னாடியே இருப்பாங்க. எது நடந்தாலும் எனக்குத் தகவல் வந்துரும் தைரியமா ரெண்டு பேரும் கல்யாணத்தை நடத்துங்க" என்றான் கதிர்...

அண்ணாட்ட சரணைப் பத்தி சொல்லலாமா? என்று யோசித்த விஷ்ணு, இங்க வேண்டாம் மறுபடியும் சொல்லிக்கலாம் என்று விட்டுவிட்டான்...

அவன் உள்ளே செல்லும் போது மாப்பிள்ளைக்குத் துணி எடுத்திருந்தார்கள்... இவர்கள் போட்டிருந்த பட்ஜெட்டை விட மூன்று மடங்கு அதிகமாக இருந்தது...

பில்லை வாங்கி பணத்தைக் கட்டி விட்டு, "நாங்க போகலாம்ல" என்று கேட்டான் விஷ்ணு...

"இருங்க தம்பி சாப்பிட்டுப் போகலாம் இங்கிருக்கும் ஹோட்டல் சாப்பாடு நல்லாருக்கும். இதுக்கு முன்ன நீங்க இந்த மாதிரி சாப்பாட்டைச் சாப்பிட்டிருக்க மாட்டீங்க" என்றாள் பிரீத்தி...

"இல்லைங்க இன்னொரு நாள் பார்க்கலாம். விஷ்ணு வெளில போகனுமாம் நாங்களும் அவன் கூடவே போறோம்" என்று சொல்லி விட்டு, அபியையும் அழைத்துக் கொண்டு வீட்டிற்கு வருவதற்குள் அவளுக்குப் போதும் போதும் என்றானது...

வந்ததும் ரூமில் சென்று படுத்துக் கொண்டவள், மாமா இன்னும் என் மேல் உள்ள கோபம் தீரலையா? நீங்க ஏன் என்னைப் பார்க்க வரலை... இதை எல்லாம் சொல்லிச் சாய்ந்து அழ உங்க தோள் கிடைத்தால் எனக்கு எவ்வளவு ஆறுதலா இருக்கும்...

போதும் இதுக்கு மேல என்னால முடியாது. சீக்கிரமா உங்கிட்ட வந்துரரேன் உங்களுக்கு மட்டும் பொண்டாட்டியா வாழப்போறேன்... இந்த சுயநலமான உலகத்தில் என்னால தனிச்சு வாழ முடியாது...

உங்க நிழலில் வாழ்ந்துட்டுப் போறேன், காதல்ன்னு வந்ததும் அபிக்கு அண்ணி அண்ணாவை விட அது தான் பெருசாத் தெரியுது, எப்படியோ அவ சந்தோஷமா இருந்தால் சரி...

இந்த செலவை எல்லாம் எப்படி சமாளிக்கப் போறேன், மாப்பிள்ளைக்குத் துணி எடுக்கும் போது சரணுடைய பார்வை எவ்வளவு இளக்காரமா பார்த்தது... பணம் இல்லாதவங்க மனுஷனே இல்லையா?..

என்ற கோபம் பொங்கி எழவும் எதுவும் செய்ய முடியாமல் அப்படியே படுத்துக் கிடந்தாள்...

கொஞ்ச நேரத்தில் புடவையைத் தூக்கிக் கொண்டு வந்த அபி, "அண்ணி இங்க பாரு இந்தப் புடவைக்கு ப்ளவுஸ் இந்த டிசைனில் தைக்க வேண்டும்" என்று போட்டோவைக் காட்டினாள்...

அதைப் பார்த்த ஜானகியும் ஒவ்வொரு போட்டோவாகப் பார்த்து, மேலும் மூன்று புடவைக்கு டிசைன் செலக்ட் பண்ணி விட்டு, அன்றைய பொழுதைக் கல்யாணத்தைப் பற்றிப் பேசியே கழித்தார்கள்...

அடுத்த நாள் ஜானகி வேலைக்குச் சென்று விட, விஷ்ணுவும் அபியும் ப்ளவுஸைத் தைக்கக் கொடுக்கச் சென்று விட்டு, பியூட்டிப் பார்லர் போய் விட்டு வீடு வந்து சேர மாலை ஆகி இருந்தது...

அடுத்த இரண்டு நாளில் பத்திரிக்கை வந்து விட, ஜானகி விஷ்ணுவோடு சென்று உறவினர்களுக்குப் பத்திரிக்கை கொடுத்து விட்டு வந்தாள்...

எல்லாரும் துக்கம் விசாரிப்பது போல் அவளைப் பத்தியும் கதிரைப் பத்தியும் கதிரின் வளர்ச்சியைப் பத்தியும் பேசி, அவளை வெகுவாகக் கஷ்டப்படுத்தி இருந்தார்கள்...

நாட்கள் ரெக்கை கட்டிக் கொண்டு பறக்க, கல்யாண நாளும் வந்தது... அதற்குள் சரண் எதாவது ஒரு சாக்கு சொல்லிக் கொண்டு வீட்டிற்கு வந்து சென்றான்...

இதை எல்லாம் கேள்விப் பட்ட அந்த வீட்டின் ஒரே ஒரு ஞாயஸ்த்தர், "சரண் நீ பண்றது சரியில்லை சங்கர் பொண்ணு கட்ற வீட்டுக்கு நீ எதுக்குப் போயிட்டு வந்துட்டு இருக்கற...

உனக்கு சங்கரக்கு முதல்ல கல்யாணம் பண்ணிறலாம்னு பொண்ணு பாக்கறேன்னு சொன்னதுக்கு பிடிவாதமா மறுத்து வேண்டாம்னு சொன்ன உன் மனசுல என்ன தான் நினைச்சுகிட்டு இருக்கற" என்று திட்டினார்...

அங்கிருந்த இருக்கையில் அமர்ந்தவன், கொஞ்ச நேரம் அமைதியாக இருந்தான்... "அப்பா எனக்கும் அதான் புரியலை அந்த வீடு அங்கிருப்பவங்க யாரும் பிடிக்கவில்லை...

ஆனா அந்தப் பொண்ணு ஜானகியை பார்க்கனும்னு என் மனசு துடிக்குது. எனக்கே இது விசித்திரமா இருக்கு என்ன செய்யறேன்னே தெரியமாட்டேங்குது...

நானும் பிடிவாதமா அங்க போறதைத் தவிர்த்துப் பார்த்துட்டேன். அப்ப எல்லாம் என்னால எந்த வேலையும் செய்ய முடியலை, அவ ஞாபகம் தான் அதிகமா இருக்கு" என்று தன் மனதில் இவ்வளவு நாள் அறித்துக் கொண்டிருந்த விஷயத்தைச் சொன்னான்...

அதைக் கேட்ட கேசவன் அதிர்ந்து போய், "சரண் என்ன பைத்தியக்காரத்தனமான எண்ணம். அவ கல்யாணம் ஆன பொண்ணு கழுத்துல மஞ்சள் கயிரு இருந்ததை நீ பார்க்கலை...

இன்னொருத்தன் மனைவியை விரும்பறேன்னு சொல்றையே உனக்கு வெக்கமா இல்லை. உன்கிட்ட இதை நான் எதிர்பார்க்கலை" என்றார் கோபத்துடன்...

"அப்பா கல்யாணம் ஆகி இருந்தாலும் அவ தனியாத்தான் இருக்கா. அவளுக்கு டைவர்ஸ் கூட ஆகி இருக்கலாம் நமக்கு என்ன தெரியும்...

புருஷனோட இருந்து நான் இப்படி சொல்லி இருந்தால் தான் நீங்க என்னைத் திட்டனும்கல்யாணமாகி டைவர்ஸான பொண்ணுக்கு மறு வாழ்க்கை கொடுக்கறது தப்பா" என்று தன் தந்தையிடம் ஞாயம் கேட்டவனை, என்ன சொல்வது என்று தெரியாமல் வெறுமனே பார்த்துக் கொண்டிருந்தார் கேசவன்...

"சரண் என் மனசுக்கு இது நல்லதா படலை, உங்க அம்மாவுக்கும் தங்கச்சிக்கும் தெருஞ்சா பெரிய பிரச்சனை ஆகும்... சங்கர் கல்யாணத்துக்குச் சம்மதிக்க வைக்கறக்கே நான் பெரிய போராட்டமே நடத்த வேண்டி இருந்தது...

நீ இதையும் சொன்னால் அவன் கல்யாணமும் நடக்காது, இந்தக் கல்யாணம் முடிகிற வரை பொறுமையா இரு... அதுக்குப் பிறகு அந்தப் பொண்ணு வாழ்க்கையில என்ன நடந்துச்சுன்னு விசாரிக்கலாம்," என்று சொல்லி அப்போதைக்கு இந்தப் பிரச்சனையை ஆப் பண்ணி வைத்தார்...

"அப்பா சங்கர் கல்யாணம் முடுஞ்சதும் அம்மாட்ட பேச வேண்டியது உங்க பொறுப்பு" என்று சொல்லி விட்டுச் சென்றான் சரண்...

கேசவனுக்குத் தலைப் பாரமாகிப் போனது. இது என்ன புதுப் பிரச்சனை கிளம்புது, சங்கருக்கே போனாப் போகுதுன்னு கல்யாணத்துக்கு சரின்னு சொன்னா...

சரண் அவளோட செல்லப் பையன். அவனை வெச்சு நிறையக் கனவு கண்டிருக்கா, அவன் கல்யாணத்தை எப்படி எல்லாம் நடத்தனும் எவ்வளவு சீர் வரிசை வாங்கனும்னு லிஸ்டே போட்டு வெச்சிருக்கா...

அவகிட்ட இதெல்லாம் சொன்னால் அவ்வளவு தான்... இந்தக் கல்யாணம் முடுஞ்சதும் இந்த வீட்டில் ஒரு பூகம்பமே வரப் போகுது என்று பயந்து போனார்...

அப்பா மனசில் பாரத்தை ஏத்தி விட்டு சரண் கல்யாண வேலையைப் பார்க்கச் சென்றான்...

19

அத்தியாயம் 19

கல்யாணத்திற்கு முதல் நாள் காலையில் பொண்ணை மண்டபத்திற்கு அழைத்துச் செல்வதற்காக மாப்பிள்ளை வீட்டிலிருந்து வந்திருந்தார்கள்...

ஜானகி அபியை ரெடி பண்ணிக் கொண்டிருந்தாள்... விஷ்ணு வெளியில் சென்றிருந்தவன், அப்போது தான் வந்து குளிக்கச் சென்றான்...

சரண் கொஞ்சம் கூடத் தயக்கமில்லாமல் அவர்கள் இருந்த அறைக்குச் சென்று, "ஜானகி அபி ரெடியா போகலாமா?" என்று கேட்டான்.

அவனை முறைத்த ஜானகி, "ரூமுக்குள்ள வரக்கு முன்ன கதவைத் தட்டிட்டு வர பழக்கமெல்லாம் கிடையாதா?" என்றாள் எரிச்சலுடன்...

"விடு அண்ணி சரண் அத்தான் என்னைக் கூட்டிப் போற ஆர்வத்தில் வந்திருப்பார் நீ தவறா நினைக்காதே. அத்தான் நாங்க ரெடி போகலாமா?" என்றாள் அபி...

"போகலாம் அபிமா ஜானகி நீயும் விஷ்ணுவும் எங்க கூடவே வந்திருங்க. அப்பத் தான் அபியும் அங்க டென்ஷன் இல்லாம இருப்பா தெருஞ்சவங்க யாரும் இல்லாம எப்படி சமாளிப்பா" என்றான் ஜானகி மறுக்கவே வழியில்லாமல்...

"சரி அபி நீ இவரோடு போய் வெளில வெய்ட் பண்ணு வரேன்" என்று சொல்லி அனுப்பிவிட்டு, அப்போது தான் குளித்து விட்டு வந்த விஷ்ணுவை அழைத்துக் கொண்டு அறைக்குச் சென்றாள்...

அவனிடம் பேக்கும் பணத்தையும் கொடுத்து, "இதைப் பத்திரமா வெச்சுக்கோ எல்லாம் உன் பொறுப்பு" என்றாள்...

"அண்ணி இவ்வளவு செலவு பண்ணனுமா வீட்டை அடமானம் வெச்சு பணத்தை வாங்கி இருக்கோமே அதை எப்படி மீட்போம்" என்றான்...

"எப்படியும் அவளுக்குத் தான அந்த வீடு. இப்ப தரது இன்னும் கொஞ்ச நாள் கழித்துத் தரலாம்... நாமளும் பாதியாவது செய்யனும், வேலைக்குப் போய் உனக்கு

வர சம்பளத்தில் வீட்டை மீட்டுக் கொடுத்தறலாம், நம்ம ரெண்டு பேருக்கும் உங்க அண்ணன் சம்பாதித்துப் போடட்டும்" என்றாள் ஜானகி...

இதுக்கு அண்ணாகிட்டயே பணம் வாங்கி இருக்கலாம் அவங்க எவ்வளவு கேட்டாளும் தந்திருப்பாங்க, என்று மெதுவாகப் புலம்பியவனை முறைத்தவள், வெளியே அனுப்பி விட்டு தயாராகி அவர்களோடு சென்றாள்...

மண்டபத்திற்குச் சென்றதும் அவளுக்கும் விஷ்ணுவுக்கும் நிற்க நேரமில்லாமல், உறவுகளை வரவேற்பது அபிக்குத் தேவையானதை எடுத்துக் கொடுப்பது,

இப்படி ஏகப்பட்ட வேலை இருக்க, அதே வேலை மாப்பிள்ளை வீட்டில் சரணுக்கும் இருக்கவும், அடிக்கடி முட்டிக் கொள்ளும் நிலமையும் வந்தது...

சரண் ஜானகியை நேருக்கு நேர் பார்க்கும் போதெல்லாம் எதையாவது சொல்லிக் கொண்டிருந்தான்...

இப்போதும் அதே மாதிரி, "ஜானகி உனக்கு கல்யாணமாயிருச்சுனு எல்லார்கிட்டயும் சொல்றியே, எங்கே உன் புருஷன் இந்தக் கல்யாணத்துக்குக் கூட வரலையா? அப்படி என்னம்மா வேலை பாக்கறார்" என்றான் கேலியாக...

"அந்தக் கவலை உங்களுக்கு வேண்டாம், அதை நான் பாரத்துப்பேன்... உங்க ஆராய்ச்சி எல்லாம் உங்க வீட்டுக்கு வந்து வாழப்போற அபியோட நிறுத்திக்குங்க, என்கிட்ட வெச்சுக்காதீங்க" என்று கோபத்துடன் சொல்லிவிட்டுச் சென்றவளை, பின்னாடி இருந்து ரசனையுடன் பார்த்துச் சிரித்துக் கொண்டான்...

அதற்கு மேல் தனியாக இருக்காமல் விஷ்ணுவோடு வரவேற்பில் போய் நிற்கவும், அங்கேயும் பிரீத்தி நின்று கொண்டிருந்தவள், "ஜானகி நீ எல்லாம் இங்க நிற்க கூடாது இதை நாங்க பார்த்துக்கறோம், சமையல் செக்சனுக்குத் தான் ஆளில்லை அதைப் போய் பாக்கறீயா?" என்றாள்...

விஷ்ணு கோபத்துடன் வாயைத் திறக்க, அவன் கையைப் பிடித்துக் கொண்ட ஜானகி, சமையல் செக்சனுக்குச் சென்று அங்கிருந்த இருக்கையில் அமர்ந்தவளுக்கு மூச்சு முட்டியது...

அடுத்த நாள் காலை வரை அங்கயே ஒதுங்கி இருந்தவளுடன் விஷ்ணுவும் நின்று கொண்டான்... முகூர்த்த நேரம் நெருங்கும் போது பொண்ணை அழைத்தார்கள்...

அப்போது அபி, "அண்ணி எங்கே?" என்று கேட்டு அவளை வரச்சொல்லவும் தான் போய் அவளை அழைத்து வந்தார்கள்...

"என்ன அண்ணி இன்னும் ரெடியாகாம என்ன பண்ற. இப்படி இருக்க சீக்கிரம் ரெடியாகு" என்றாள்...

"பரவாயில்லை அபி நானும் விஷ்ணுவும் கல்யாண வேலை பார்க்கவே நேரம் சரியா இருந்தது... இதெல்லாம் கல்யாண வீட்டில் இருப்பது தான்" என்றவளைக் கட்டிக் கொண்டு அழுதாள்...

"அண்ணி உனக்கும் விஷ்ணுவுக்கும் நான் எதாவது கஷ்டத்தைக் கொடுத்திருந்தாள் மன்னிச்சுக்குங்க, நீ இல்லாம நான் எப்படித் தான் இருக்கப் போறேனோ" என்று அழுதாள்...

"அபி அழாத மேடை ஏறும் போது இதென்ன சின்னப் பிள்ளையாட்டம் பண்ற, எல்லாரும் என்ன நினைப்பாங்க" என்று அவளே மேக்கப் கலையாமல் எல்லாம் சரி செய்தவள், அழைத்துப் போக வந்து நின்ற பிரீத்தியிடம், "கூட்டிப் போங்க" என்றாள்...

நீ சொல்லாட்டி நான் கூட்டிப் போக மாட்டேனா என்று நினைத்துக் கொண்டே, "வா அபி" என்று அழைத்துச் சென்றாள்...

ஜானகி அந்த அறையிலேயே அமர்ந்து கொண்டாள்... அபி மேடை ஏறும் சமயம் அந்த மண்டபமே பரபரப்பாகக் காட்சி தந்தது...

மண்டபத்திற்குள் வந்த செக்கியூரிட்டி மேடை வரை இரண்டு பக்கமும் நின்று கொண்டார்கள்...

பின்னாடி பாதுகாப்புப் படைகள் சூழ கதர்வேட்டி சர்ட்டில் கம்பீரமாக நடந்து வந்தான் கதிர்...

அவனைப் பார்த்ததும் சரணும் அவனுடைய அப்பாவும் அதிர்ச்சியும் வியப்புமாக வரவேற்றார்கள்...

"சார் நம்பவே முடியவில்லை நீங்க எங்க வீட்டுக் கல்யாணத்துக்கு வந்திருக்கீங்க வாங்க சார்" என்று சந்தோஷத்துடன் கதிரிடம் பேசினார்கள்.

அவர்களைக் கண்டு கொள்ளாமல் தள்ளி நின்று கொண்டிருந்த விஷ்ணுவை அழைத்தான்...

அதற்குள் அபியும், "அண்ணா" என்று கண்கலங்க ஓடிவந்து அவனைக் கட்டிக் கொண்டாள்...

அவளின் அழைப்பில் அந்தக் குடும்பத்தினர் அதிர்ந்து நின்றார்கள்.

கதிர் அவளை அணைத்துக் கொண்டவன், "அழக்கூடாது அபி இப்ப நீ சந்தோஷமா இருக்க வேண்டிய நேரம்" என்று சமாதானப் படுத்தியவன், "உன் அண்ணி எங்கடா" என்று விஷ்ணுவைக் கேட்டான்...

விஷ்ணு ஓடிச் சென்று அறைக்குள் தலையைப் பிடித்துக் கொண்டு அமர்ந்திருந்தவளிடம், "அண்ணி அண்ணன் வந்திருக்கார் வா" என்று கையைப் பிடித்து இழுத்தான்...

அதிர்ச்சியும் சந்தோஷமும் போட்டி போட, "மாமா வந்துட்டாங்களா?" என்று அவனுக்கு முன்னே வெளியே சென்றவள், கதிர் முன் போய் நின்றதும், அவளுக்குக் கண்ணீர் பெருக்கெடுத்து பேச்சே வரவில்லை...

அவனும் அவளையே தான் பார்த்துக் கொண்டிருந்தான். இருவரும் கொஞ்ச நேரம் எந்தப் பேச்சும் இல்லாமல் பார்த்துக் கொண்டிருந்தார்கள்.

சரணுக்கும் அவன் குடும்பத்துக்கும் ஒன்றும் புரியாமல் அவர்களையே பார்த்-துக் கொண்டிருந்தார்கள்...

கதிர் மனைவியை மேலிருந்து கீழே வரை அளவெடுத்தவன், "இதென்னடி கோலம் கல்யாண மண்டபத்துல எல்லாரும் எப்படி இருக்காங்க. நீ எப்படி இருக்க தலை வாரக் கூட நேரமில்லையா?" என்று சொல்லிக் கொண்டே பப்பரப்பே என்-றிருந்த அவள் முடியை இரண்டு கையாளும் அழுத்தி காதோரம் ஒதுக்கி விட்டு, "உன் கடைமை முடுஞ்சுதாடி இப்பக் கூட என்கிட்ட வர உனக்கு இவ்வளவு தயக்கமாடி" என்றான்...

"இனி எந்த தயக்கமும் இல்லை மாமா. என்னையும் விஷ்ணுவையும் உங்க கூடக் கூட்டிட்டுப் போயிருங்க. நான் அபி மூலம் என் வாக்கை காப்பாத்திட்டேன் அதுக்காக உங்களையும் ரொம்பவே கஷ்டப்படுத்திட்டேன்" என்று கண்கலங்கச் சொன்னாள்...

அவள் கண்ணீரைத் துடைத்து விட்டவன், மனைவியின் மனைவியின் மனநி-லையைப் புரிந்து கொண்டு அவளையும் கூட அழைத்துக் கொண்டு அபியோடு மேடை ஏறியவனை, அதிர்ச்சியுடன் பார்த்துக் கொண்டிருந்தார்கள் சரணின் குடும்பம்...

"அண்ணா இவர் அந்த ஜானகியோட புருஷனா" என்று நம்ப முடியாமல் அதிர்ச்சியுடன் பிரித்தி கேட்டதும், சரண் கலங்கிப் போய், "எனக்கும் தெரிய-லையே" என்றான் சரண்...

மொத்தக் குடும்பமும் எதுவும் புரியாமல் அதிர்ச்சியுடன் அவர்கள் பின்னே சென்றது...

அபியையும் சங்கரையும் மேடையில் அமர வைத்து விட்டு, ஜானகியோடு வந்து நின்று கொண்டான் கதிர்...

"ஜானுமா உண்மையிலேயே நீ திறமைசாலி தாண்டி, உன்னை நினைச்சா எனக்கே எவ்வளவு பெருமையா இருக்கு தெரியுமா?"

உன்னை நம்பி நான் எத்தனை குழந்தைகளை வேணாலும் பெத்துக்கலாம், நீ காப்பாத்திவிடுவியே" என்று மையலுடன் அவளைப் பார்த்துச் சொன்னான்...

அவள் வெக்கத்துடன் சிரித்தவள், "மாமா என்மேல உள்ள கோபம் போயி-ருச்சா நீங்க என்னை ஏன் பார்க்கவே வரலை" என்றாள்...

அதற்குள் ஐயர் தாலியை எடுத்து கதிரின் கையில் கொடுத்து, "நீங்க கொடுங்க ஐயா" என்று மரியாதையோடு சொல்லிவிட்டு ஒதுங்கி நின்றார்...

அதை வாங்கிக் கொண்ட கதிர், "நீதாண்டி இந்தக் கல்யாணம் நடக்க ரொம்ப கஷ்டப்பட்ட, நீயே கொடு" என்று அவள் கையில் கொடுத்தவன், அவனும் பிடித்-துக் கொண்டான்... இருவரும் சேர்ந்து தாலியைக் கொடுக்க, சங்கர் வாங்கி அபி கழுத்தில் கட்டினான்...

ஜானகி ஆசையுடன் பார்த்துக் கொண்டு நின்றாள்... மணமேடையில் மத்த சீர்கள் எல்லாம் நடக்க கதிரும் ஜானகியும் முன்னாடி நின்று பார்த்துக் கொண்டிருந்தார்கள்...

மேடையில் மாப்பிள்ளை பொண்ணு குடும்பத்தைத் தவிர வேற யாரும் இல்லை. எல்லாரையும் செக்யூரிட்டி அப்புறப் படுத்தி இருந்தான்...

கல்யாண சடங்கெல்லாம் முடிந்ததும் கதிர் மாப்பிள்ளை வீட்டுக்காரரிடம், "அபியை உங்ககிட்ட ஒப்படைச்சிட்டோம் இனி அவளைப் பார்த்துக்க வேண்டிய முழு பொறுப்பும் உங்களது... பத்திரமா பார்த்துக்குங்க" என்றவன், அபியிடம் திரும்பி அவ்வளவு நாள் அடக்கி வைத்திருந்த கோபத்தை எல்லாம் மொத்தமாகப் கொட்டினான்

"அபி உன்கிட்ட நான் இதை எதிர்பார்க்கலை...நீயெல்லாம் ஜானகி கூட வளர்ந்த பொண்ணுன்னு சொல்லிக்கவே அசிங்கமா இருக்கு. பொண்ணுன்னா அது ஜானு மாதிரி தான் இருக்கனும். உங்க ரெண்டு பேருக்காக என்னையவே விட்டுக் கொடுத்தா.

ஆனா நீ என்ன பண்ணி வெச்சிருக்க, உனக்கு காதலிக்கற தைரியம் எங்கிருந்து வந்தது... யார் கேக்கப் போறாங்கற தைரியமா அபி" என்றவன்...

மனைவியிடம் திரும்பி, "ஜானுமா உங்க அத்தை ஆத்மா ரொம்ப குளிர்ந்திருக்குமா? மாமியாருக்கு ஏத்த மருமகள் தான்... ரெண்டும் என் உயிரை எடுக்க வந்திருக்கு சொல் பேச்சு கேக்கறதே கிடையாது...

உன்னை விடச் சின்னப் பொண்ணு அவ வாழ்க்கைன்னு வரும் போது எப்படி மாறிட்டா, நீ வாழ்க்கைய தொலைச்சுட்டல்ல ஓடுன...

இதே இடத்துல வேற யாராவது இருந்திருந்தா உன் வாழ்க்கை என்னடி ஆகும். என்னை மாதிரி உன்னையே பிடுச்சு தொங்கிட்டு இருக்க எந்த மாங்காமடையன் இருப்பான்" என்றான் எரிச்சலுடன்...

"மாமா" என்றாள் கண்ணில் நீர் தளும்பிக் கொண்டு நின்றது...

"அழாதடி அதான் ஜெயிச்சுட்டியே பின்ன எதுக்குடி அழற" என்றவன், "என்ன விஷ்ணு போகலாமா?" என்றான்...

அழுது கொண்டு நின்ற அபியை திரும்பியும் பார்க்கவில்லை கதிர், கேசவனுக்கு சூழ்நிலை ஒருவாறு புரிய, "சார் அபியைத் தப்பா நினைக்காதீங்க என் பையன் மேலையும் தவறு இருக்கலாம்" என்று மருமகளுக்குச் சாதகமாகப் பேசினார்.

"என் தங்கச்சியைப் பத்தி எனக்கே சொல்றீங்களா? உங்க பையன் தப்பு செய்யலாம். என் தங்கச்சி செய்திருக்கக் கூடாது செஞ்சுட்டா இனி உங்க பொறுப்பு தான்...

இதுக்கு மேல என் பொண்டாட்டி யாருக்கும் சேவகம் செஞ்சுட்டு இருக்க மாட்டா அது என் கூடப் பொறந்தவங்களே ஆனாலும்.

உனக்கும் தாண்டி கடமை கண்ணியன்னு சொல்லிட்டு திரிந்த பல்லைத் தட்டி கைல கொடுத்திருவேன்... இவ்வளவு நாள் உன் இஷ்டத்துக்கு நானும் விட்டுட்டேன், நீயும் உன் ஆசைப்படி எல்லாம் செஞ்சுட்ட இனி நம்ம வாழ்க்கையப் பார்ப்போமா?" என்று மனைவியிடம் சொன்னான்...

அபி, "அண்ணா என்னை மன்னிச்சிருங்க" என்று அவனிடம் கதறி அழுதாள்.

"என்கிட்ட எதுக்கு மன்னிப்பு கேக்கற விஷ்ணுகிட்டயும் ஜானுகிட்டயும் கேளு.

விஷ்ணுவைப் பார்த்தால் உனக்கு அண்ணன் மாதிரி தெரியலையா? ஜானுவே அவனைக் கேட்டு செய்யும் போது, நீ மட்டும் உன் இஷ்டத்துக்கு முடிவெடுப்பியா?

அவன் ஒருத்தன் உங்க கூட இருந்ததால தான் நீங்க ரெண்டு பேரும் பாதுகாப்பா இருக்க முடுஞ்சது. நீங்க ரெண்டு பேரும் வாங்கற இடத்துக்கு வரதும், போங்கற இடத்துக்கு போறதும், இப்படி ஒரு அண்ணன் எவன் கிடைப்பான்...

அவன் அளவுக்கு எனக்குக் கூடப் பொறுமை இல்லை. அவன் இருந்த இடத்துல நான் இருந்தனா உன்னை எல்லாம் அடி பின்னியிருப்பேன்...

நம்ம வீட்டு ஆளுங்க எவ்வளவு அவமானப்பட்டாளும் உனக்கு உன் காதல் அவ்வளவு பெருசா? இவங்கெல்லாம் விஷ்ணுவையும் ஜானுவையும் எவ்வளவு அவமானப்படுத்தினாங்க அது உன் கண்ணுக்குத் தெரியலையா?" என்றான் கோபத்துடன்...

"மாமா அதனால எங்களுக்கு எந்த வருத்தமும் இல்லை. அவ சின்னப் பொண்ணு அவளுக்கு என்ன தெரியும்" என்றாள் ஜானகி இடையில் புகுந்து...

"ஏய் கடுப்பேத்தாம போடி உன்னை முதல்ல நான் அடக்கி வெச்சிருக்கனும். போனாப் போவுது எங்க போயிருவான்னு விட்டேன்ல, அதான் நீயும் உன் இஷ்டத்துக்கு முடிவெடுக்கற. போதும் கிளம்பு இனி என்னைக் கேட்காம வீட்டு வாசப்படியைத் தாண்டு காலை உடைச்சுப் போடறேன்...

அவளுக்கு ஞாயம் சொல்ல வந்துட்டா. அவ காதலிச்சா இத்தனை அவமானத்தோட இந்தக் கல்யாணத்தை நடத்த வேண்டிய அவசியம் என்ன வந்துச்சு.

அந்த குடும்பத்துல இருக்கறவங்க கண்ணுக்கு உங்க ரெண்டு பேரையும் மனுஷனாக் கூடப் பார்க்கத் தெரியலை, அவங்க வீட்டுக்குப் பொண்ணு கொடுக்கனுமா?...

அவளுக்குப் புடுச்சது கட்டிகிட்டா. நீ அந்த வீட்டு வாசப்படியக் கூட மிதிக்கக் கூடாது... அவங்க தகுதிக்கு இந்த வீட்ல பொண்ணெடுக்கறது கேவலம்ன்னு சொன்னாங்கள்ள, அதுக்கப்பறமும் அந்த வீட்டுப் பையனை கட்டிக்கிட்டாளே அவளா சின்னப் பொண்ணு" என்றான் ஆத்திரத்துடன்...

சரண் குடும்பம் மொத்தமும் பேயறைஞ்சதைப் போல நின்றது... கேசவன், "சார் ஏதோ தவறு நடந்துச்சு" என்று அவரிடம் மென்று முழுங்கினார்.

20

அத்தியாயம் 20

அப்பாவின் நிலையை உணர்ந்த சங்கர் தயக்கத்துடன், "சார் அவங்களுக்காக நான் மன்னிப்பு கேட்டுகிறேன்" என்று கிட்டே வந்தான்...

அதைக் கண்டு கொள்ளாமல், "ஜானு போலாமாடி" என்றவன், "விஷ்ணு பணம் கொடுக்க வேண்டியது இருந்தா கொடுத்துட்டு வா" என்றான் கதிர்...

அதுவரை கிட்டே யாரையும் விடாமல் ரவுண்ட் பண்ணி நின்று கொண்டிருந்த செக்கியூரிட்டியிடம், "வெளிய மீடியாக்காரங்க இருப்பாங்க வரச்சொல்லுங்க" என்றான்...

கல்யாணத்துக்கு வந்தவங்களுக்கு மேடையில் என்ன நடக்குதுன்னே தெரியாமல், வெறுமனே வேடிக்கை பார்த்துக் கொண்டிருந்தார்கள்...

சரண் தளர்ந்து போய் தனக்கு முதன் முதலாக பூத்த காதல் முளையிலேயே கருகியதைத் தாங்கிக் கொள்ள முடியாமல் கலங்கி நின்றான்...

வாய் ஓயாமல் திட்டிக் கொண்டிருந்த பிரீத்தி, இப்போ எங்கே தன்னையும் திட்டுவாங்களோன்னு பயந்து ஓரத்தில் ஒடுங்கி நின்றாள்...

அபி அண்ணனைச் சமாதானப்படுத்த வழி தெரியாமல் அழுது கொண்டே அவன் கிட்டயே நின்றாள்...

"அபி கண்ணைத் துடை மீடியா முன்ன இப்படி அழுதா கண்டதையும் போடுவாங்க" என்று எரிச்சலுடன் சொன்னவன், அவனே துடைத்தும் விட்டான்...

படபடவென்று மொத்த மீடியாவும் உள்ளே ஓடி வந்தது. அவன் முன் மைக் நீட்டியதும், கதிரே தொண்டையைக் கனைத்துக் கொண்டு பேச ஆரம்பித்தான்... "நீங்க எந்தக் கேள்வியும் கேட்க வேண்டாம் நானே எல்லா பதிலும் சொல்றேன்...

இது என் குடும்பம். இவ என் மனைவி ஜானகி, இது என் தம்பி விஷ்ணு, இது என்தங்கை அபி, அவளோட மாப்பிள்ளை சங்கர், இது சங்கரோட குடும்-

பம்...

எங்கம்மா எங்கப்பா ஒரு ஆக்ஸிடெண்ட்ல இறந்துட்டாங்க. அவங்களுக்கு நான் அரசியல்ல இருக்கறது பிடிக்காம இருந்துச்சு, அதான் என் தங்கச்சி கல்யாணம் வரை என் குடும்பத்தைப் பத்தி வெளியில சொல்லலை பாதுகாப்பு கருதியும் கூட.

இப்போ அவளுக்கு கல்யாணமாயிருச்சு, என் மனைவியையும் தம்பியையும் என்னோட அழைச்சிட்டுப் போறேன். எங்க கல்யாண போட்டோ உங்க சேனலுக்கு அனுப்பி வைக்கறேன்" என்று மொத்தமாக ஒப்பித்தான் கதிர்...

"சார் இப்ப மட்டும் உங்க குடும்பத்துக்குப் பாதுகாப்பு தேவையில்லையா?" என்று ஒரு நிருபர் கேட்டான்...

"இப்போதும் தேவை தான், முன்னையா இருந்தா என் மொத்த குடும்பத்தையும் மடியில கட்டிகிட்டு, நான் போற இடத்துகெல்லாம் தூக்கிட்டுப் போக முடியாது.

இப்போ என் மனைவி மட்டும் தானே, அவளை நான் போற இடத்துக்கெல்லாம் ஈசியா தூக்கிட்டுப் போயிருவேன்" என்றான் சிரித்துக் கொண்டே, மீடியா ஆட்கள் மொத்தமும் கொள்ளென்று சிரித்தார்கள்....

ஜானகி முகம் வெக்கத்தில் சிவந்து போய் தலை தானாகத் தரையைப் பார்க்க, மீடியா ஆட்கள் அதை அழகாக கிளிக் செய்தார்கள்...

"உங்களுக்கு வேற எதாவது கேட்கனும்னா கேளுங்க பதில் சொல்ல நான் தயாரா இருக்கேன், என்னைப் பத்தி எப்போதும் எந்த கிசு கிசுவும் வரக்கூடாது. அதில் நான் தெளிவா இருப்பேன் கூடுதல் தகவலா இன்னொன்னும் சொல்றேன்... இவ என் தாய்மாமா பொண்ணு தான்" என்றவன், ஜானகியை அருகில் இழுத்து தோளில் கை போட்டு போட்டோவுக்கும் போஸ் கொடுத்தான்....

பின் தம்பி தங்கை அவங்க குடும்பம் என்று எல்லாருடனும் கதிரை நிற்க வைத்து, மீடியாகாரங்க போட்டோ எடுத்துச் சென்றதும் தான், கதிருக்குப் பெரிய விடுதலையே ஆனமாதிரி இருந்தது...

திடீரென்று குடும்பத்தை அறிமுகப்படுத்தியதும், தேவையில்லாத எதாவது கேள்வி வருமோ என்று பயந்து கொண்டிருந்தான்...

இப்போ நிம்மதியாக உணர்ந்தவன், "அபி இந்தா" என்று ஒரு பத்திரத்தை எடுத்து நீட்டியவன், "இது உனக்கு இல்லை மாப்பிள்ளை பேர்ல வாங்கியிருக்கேன்...

உனக்கு உன் அண்ணி செஞ்சதைத் தவிர வேற எதுவும் நான் செய்ய மாட்டேன். இனி எல்லா சீரும் விஷ்ணு சம்பாத்தியத்துல உன் அண்ணி உனக்குச் செய்வா. அம்மா ஆசை உன் ஒருத்தியால நிறைவேறட்டும் சரியா" என்று சொல்லி விட்டு சங்கரிடம், "மாப்பிள்ளை கல்யாண அலைச்சல் எல்லாம் முடிந்-

ததும் உங்க குடும்பத்தோட வீட்டுக்கு வரனும்" என்றான்...

"கண்டிப்பா வரோம்" என்றான்...

கேசவனிடமும் மற்றவர்களிடமும், "நீங்களும் வரனும்" என்றான்... எல்லாருமே சந்தோஷத்துடன், "கண்டிப்பா வரோம் தம்பி" என்றார்கள்...

சரண் மட்டும் எதுவும் பேசாமல் இருக்கவும் யோசனையுடன், "உங்க பேர் சரண் தானே" என்றான் கதிர்...

ஆமாம் என்பது போல் தலையாட்டவும், "நீங்க ஏன் எதையோ பறிகொடுத்த மாதிரி இருக்கீங்க" என்றான் கதிர்...

கேசவன் முந்திக் கொண்டு, "அப்படி எல்லாம் எதுவுமில்லை தம்பி கல்யாண அலைச்சல் தான், ரெண்டு நாளா சரியான தூக்கம் இல்லை தூங்கி எழுந்தா சரி-யாகி விடும்" என்றார்...

சரண் மட்டும் எதுவும் பேசாமலே நின்றான். கதிர் ஒரு முறை அவனை அழுத்தமாகப் பார்த்து விட்டு, "நாங்க கிளம்பறோம் அபிய நல்லா பார்த்துக்குங்க" என்றவன், "ஜானுமா போகலாமா?" என்று அவள் அருகில் வந்து நின்றான்...

"போகலாம் மாமா" என்றவள், விஷ்ணு கையைப் பிடித்துக் கொண்டு அபி-யிடம் சென்று, "அபிமா எந்த நேரத்தில் என்ன தேவைனாலும் உனக்கு அம்மா மாதிரி நான் இருக்கேன். போன் பண்ணு உடனே வந்துடுவேன்...

மாமா பேசியதை மனசுல வெச்சுக்காத, அவர் ஏதோ கோபத்துல பேசிட்டார். நீ இதை எல்லாம் நினைச்சுகிட்டு இருக்காம மாப்பிள்ளை கூடச் சந்தோஷமா உன் வாழ்க்கைய ஆரம்பி" என்றதும் அவளைக் கட்டிக் கொண்டவள்...

"அண்ணி" என்று தேம்பி அழுதாள்...

விஷ்ணு அவள் தலையை வருடிக் கொடுக்கவும், "ஸாரி அண்ணா" என்று அவனின் தோளில் சாய்ந்து கொண்டாள்... அவளைச் சமாதானப்படுத்தி விட்டு மாப்பிள்ளை வீட்டில் உள்ளவர்களிடம் அவள் விடைபெறவும், இப்போது அவளுக்கு அவர்களிடம் மதிப்பு கூடி இருந்தது...

நன்றாகப் பேசி அனுப்பினார்கள். கதிர் மனைவியுடன் பாதுகாப்புப் படை சூழச் சென்றான். ஜானகி விஷ்ணு கையை பிடித்துக் கொண்டாள்... கதிர் மனைவி தம்பியுடன் சந்தோஷமாகத் தன் வீட்டிற்குச் சென்றான்...

அபி அழுது கொண்டே அண்ணன் அண்ணி செல்வதைப் பார்த்துக் கொண்-டிருக்க, சங்கர் அவளை ஆறுதலாக அணைத்துக் கொண்டான்....

காரில் முன்புறம் டிரைவருக்குப் பக்கத்து இருக்கையில் விஷ்ணு அமர்ந்து கொள்ள, கதிரும் ஜானகியும் பின் இருக்கையில் அமர்ந்து கொண்டார்கள்...

கார் கதிரின் பங்களாவிற்குச் சென்றது... மனைவியின் தோளில் கைபோட்டுக் கொண்டவன், "ஜானுமா இப்ப சந்தோஷமாடி இனி யாருக்காகவும் என்னை விட்-டுக் கொடுத்துட்டுப் போகமாட்டியே" என்றான்...

"நான் உங்க மேல கோபமா இருக்கேன் சண்டை போட்டு என்னை அம்-போன்னு விட்டுட்டுப் போயிட்டு, அதைப் பத்தி கொஞ்சம் கூடக் கவலைப்படாம, இத்தனை நாளும் இருந்தீங்கள்ள" என்றாள் முறைப்புடன்...

"நீ என்னமோ எந்தத் தப்பும் பண்ணாத மாதிரியே பேசறியேடி, ஒரு நாள் விட்டுட்டுப் போனது தெரியுது... வருஷக் கணக்கா விட்டுட்டுப் போனது தெரிய-லையோ" என்றான் அவளை இடித்தபடி...

"அது நம்ம கல்யாணத்துக்கு முன்னாடி, இது நம்ம கல்யாணத்துக்குப் பின்-னாடி, வித்தியாசம் இருக்கு மாமா" என்றாள் விழிகளைப் பெரியதாக விரித்துக் கொண்டே...

அதில் விழுந்தவன், "செம கண்ணுடி உனக்கு அப்படியே கவிதை பேசுதுபோ" என்றான் ஆசையுடன்...

"கவிதை பேசுதா கண்டபடி பேசுதா நல்லா பாருங்க மாமா" என்றாள் குறும்-புடன்.

"ஏய் நல்லா பேசவும் கத்துக்கிட்டடி, இன்னும் என்னவெல்லாம் கத்து வெச்சி-ருக்க" என்று அவள் காதில் சரசமாகப் பேசினான்...

முகம் சிவந்து போனவள், தன் இதழைப் பல்லால் கடித்துக் கொண்டு, "மாமா இப்படிப் பேசக் கூடாதுன்னு சொல்லி இருக்கேன்" என்றாள்...

"இனி இப்படித் தாண்டி பேசுவேன் உன்னால என்ன பண்ண முடியுமோ பண்-ணிக்கோ" என்றவன், மேலும் அவள் காதில் பேசிக் கொண்டே வர,

அவள் அவனை நிமிர்ந்தும் பார்க்காமல், காதுமடல் வரை சிவந்திருந்த முகத்தை, வேடிக்கை பார்க்கறேன் என்பது போல் வெளியில் திருப்பிக் கொண்-டாள்...

இதுக்கு மேல் இங்க எதுவும் பேச வேண்டாம் என்று அமைதியான கதிர், தம்பி பக்கம் திரும்பி, "விஷ்ணு வெளிநாடு போறக்கு எல்லாம் ரெடி பண்ணிட்-டியா?" என்று கேட்டான்...

"நீங்க சொன்ன மாதிரி எல்லாம் பண்ணிட்டேன் அண்ணா" என்றான்...

"சரி இனி மத்த வேலைகளை நான் பார்த்துக்கறேன் லண்டன் தானே போற" என்றான் கதிர்...

"ஆமாம்" அண்ணா என்றான் விஷ்ணு...

அதற்குள் கதிரின் பங்களா வந்திருக்கவும், அங்கே பெரும் கூட்டமே கூடி இருந்தது...

விஷயம் அதுக்குள்ள வெளியில் பரவி கதிரையும் ஜானகியையும் பார்க்க ஏகப்பட்ட பேர் வந்திருந்தார்கள்...

கதிர் ஜானகி கையைப் பிடித்துக் கொண்டு அவர்கள் அருகில் செல்ல, அவள் விடாமல் விஷ்ணுவையும் இழுத்துத் தன்னோடவே வைத்துக் கொண்டாள்...

கதிர் எல்லாருக்கும் முறைப்படி அவளை அறிமுகப்படுத்தி வைத்து, மற்றவர்களைப் பற்றியும் மனைவியிடம் சொன்னான்... எல்லாரும் அவர்களுக்கு வாழ்த்துச் சொல்லி, கொண்டு வந்திருந்த மாலையை மாற்றிக் கொள்ள வைத்தார்கள்...

முகம் கோணாமல் எல்லாருக்குமே பதில் அளித்தவன், அவர்களை அனுப்பிவிட்டு மனைவியோடு உள்ளே சென்றவனை, ஆரத்தி தட்டுடன் எதிர் கொண்டார் அந்த வீட்டின் மூத்த வேலைக்கார பெண்மணி பட்டம்மாள்...

21

அத்தியாயம் 21

அந்தப் பெரிய பங்களாவினுள் ஏகப்பட்ட வேலையாட்கள் நிறைந்திருக்க, வெளியிலும் பாதுகாப்பு படைகளின் கட்டுப்பாட்டில் ஒவ்வொரு செயலும் சோதனைக்கு உள்ளாகி இயங்கிக் கொண்டிருந்தது...

அவ்வளவு பிரம்மாண்ட இடத்தைப் பார்த்தவளுக்குத் தன்னையும் அறியாமல் கொஞ்சம் மிரட்சி தோன்றி இருந்தது...

பட்டம்மாள் ஆரத்தி எடுத்து உள்ளே அனுப்பியதும், பயத்துடன் கதிரின் கைகளைத் தானாகவே பிடித்துக் கொண்டாள்...

"ஏன் மாமா உங்க வீடு எப்பவுமே இப்படித்தான் திருவிழாக் கூட்டமாகவே இருக்குமா?" என்று கேட்டாள்...

அவளை முறைத்துக் கொண்டு நின்றான் கதிர்..

நாம என்ன சொல்லிட்டோம்னு இந்த மாமா இப்படி முறைக்கிறாங்க?' என்று யோசித்தவள்...

"மாமா என்னாச்சு? ஏன் முறைக்கறீங்க? நான் தவறா எதுவும் கேக்கலையே.." என்றாள் தலை குனிந்தபடியே...

"உங்க வீடுன்னு கேட்டது தப்பு இல்லையாடி?.." என்றான்...

நாக்கைக் கடித்துக் கொண்டவள், "ஸாரி மாமா நம்ம வீடு.." என்று திருத்திக் கொண்டு சிரித்தபடி அவனைப் பார்த்தாள்...

"ம் இப்படி பேசனும்" என்றவன்,

"விஷ்ணு உனக்கு மேல முதல் ரூம் ரெடி பண்ணி இருக்கு போ.." என்று சொன்னான்...

"சரிங்க அண்ணா.." என்றவன் அண்ணனுக்கும் அண்ணிக்கும் தனிமை கொடுத்துவிட்டு மேல் மாடிக்குச் சென்றான்...

தம்பி சென்றதும் மனைவியின் அருகில் நெருங்கி நின்றவன், "ஜானு நான் உனக்கு வீட்டை சுத்திக் காட்டட்டுமா?.." என்றான் கதிர்...

அப்போது எல்லா வேலைக்காரர்களும் ஒன்றாக ஜானகியைப் பார்க்க வந்து நின்றனர்...

"இது நம்ம சின்னமாங்களா?.." என்றார்கள்...

ஆமாம் என்பது போல் கதிர் தலையசைக்கவும், அவளைப் பார்த்துச் சிரித்த முகமாக, "வாங்கம்மா.." என்று பேசி நலம் விசாரித்து விட்டுச் சென்றார்கள்...

"அப்பா இப்பவே கண்ணைக் கட்டுதே நீங்க எப்படித் தான் தினமும் இதை எல்லாம் சமாளிக்கறீங்களோ!" என்றாள்...

"போகப் போக உனக்கும் பழகிரும்" என்றவன் அவளை அழைத்துச் சென்று வீட்டைச் சுற்றிக் காட்டினான்...

ஒவ்வொரு இடமாகப் பார்த்தவளுக்கு, அங்கிருக்கும் பொருட்களில் பணச் செழுமை நன்றாகத் தெரிந்தது...

"எல்லாமே விலை அதிகமா இருக்கற மாதிரி தெரியுது மாமா" என்றவள், அருகில் இருந்த பூ ஜாடியை பார்த்து அதன் வேலைப்பாடுகளில் மயங்கி, "இது எவ்வளவு மாமா?" என்றாள்...

"அதெல்லாம் உனக்கெதுக்கு பிடுச்சிருக்கா? இனி எல்லாமே உன்னோடது தான்" என்று அவளிடம் நெருங்கி நின்று தன் கையோடு அவள் கையையும் சேர்த்துப் பிடித்துக் கொண்டான்...

கூச்சத்துடன் தன் கையை விலக்கப் பார்த்தாள் ஜானகி... அவனின் பிடி அழுத்தமாகி எலும்புகள் வரையில் அவன் பிடிமான உறுதி பரவியதும், கையை இழுப்பதை விட்டுட்டு அவன் கையோடவே சேர்த்திருந்தாள்...

அவளை அழுத்தமாகப் பார்த்தவன், "இப்ப புரியுதா நான் ஒன்னு செஞ்சா நீ அப்படியே ஏத்துக்கப் பழகு ஜானுமா..

நான் ஊரறிய உன் கையப் பிடிக்கறேன் நீ உதறி விட்டா என்ன அர்த்தம்? இனி ஒரு முறை இப்படிச் செய்யாத... அதனால வருகிற வலி உனக்குத் தான்" என்றான் அழுத்தம் திருத்தமாக...

"மாமா.." என்று அவனை ஏறிட்டுப் பார்த்தவள் எதுவும் சொல்ல முடியாமல் தலையைத் தாழ்த்திக் கொண்டாள்...

அவள் முகத்தை நிமிர்த்தியவன், "வலிக்குதாடி" என்று கேட்டு அவள் கையை தூக்கி, லேசாய் சிவந்திருந்த விரல்களை மென்மையாக நீவி விட்டான்...

"நம்மளோட அறைக்குப் போகலாம் வா" என்றான்...

அவள் கையை மென்மையாய் பிடித்துக் கொண்டே, தங்களின் அறைக்கு அழைத்துச் சென்றான்...

அந்த அறை முன்பு வந்ததும், முதன் முதலாய் அவனோடு இணைந்து தனிமைக்குள் நுழைவதை நினைத்து ஜானகிக்கு உடலெல்லாம் படபடப்பாக ஆனது...

வேர்த்து விறுவிறுத்துப் போன பெண் பாவைக்கு புது மணப் பெண்ணின் அச்சம், மடம், நாணம் அனைத்தும் அழகாய் வந்து ஒட்டிக் கொண்டது....

அவள் முகம் செந்தாமரையாகச் சிவந்திருக்க, உடல் தன் விரைப்புத் தன்மையை இழந்து குழைந்து சரியப் பார்க்கவே பேரழகியாகத் தெரிந்தாள்...

அறைக்குள் சென்று கதவை அடைத்ததும் அவள் பயத்துடன், "ஏன் மாமா கதவை லாக் பண்றீங்க?" என்று திக்கித் திணறியபடி கேட்டாள்...

குளிர்காலத்தில் துடிக்கும் சிட்டுக் குருவி போன்ற அவளின் செவ்விதழில் தன் பார்வையை நிலைக்க வைத்தவன், "நமக்குக் கல்யாணம் ஆகிருச்சுடி, புருஷன் பொண்டாட்டி ஒண்ணா இருக்குற ரூம் திறந்திருந்தால் பாக்க நல்லாவா இருக்கும்?" என்று அவளை ஆசையுடன் பார்வையால் விழுங்கிக் கொண்டே நெருங்கினான்....

காதல் கணவனே ஆனாலும் அவன் காமப் பார்வையைத் தாங்க முடியாமல் தவித்துப் போனாள் ஜானு...

விரைந்து நெருங்கிய கதிர் தன் சுட்டு விரலால் அவளின் ஈர இதழைத் தொட்டு வருடிட, அவளுக்குக் குளிர் ஜுரம் வந்ததைப் போலப் பல் எல்லாம் தந்தி அடிக்க ஆரம்பித்தது...

உடம்பெல்லாம் லேசான உதறலுடன் குலுங்க, புடவைக்கு இடையில் தெரிந்த அவளுடைய பட்டுவண்ண இடையில் அவன் தன் கையைப் படரவிட்டான்...

உரிமை கொண்டவனின் சூடான கை தீண்டியதில் உள்ளுக்குள் உடைந்து நொறுங்கிய ஜானு, தன் கண்கள் தானாகவே மூடிக் கொண்டு பயத்தில், "மாமா.." என்று முணுமுணுத்தாள்...

காதல் ஆசையோடு ஆண்டாண்டு காலமாய் காத்திருந்த மனைவியின் முகத்தில் ஒற்றை விரல் கொண்டு கோலமிட்டவன், அவளுடைய சங்குக் கழுத்து வளைவில் தன் மீசையால் உராய்ந்து அவளுக்குள் மோகத்தை மூட்டினான்...

பெண்ணவளின் வதனமெல்லாம் செந்நிறமாக மாற, வெக்கத்தில் தலை தானாகக் கவிழ்ந்திருந்தது...

ஆசை மனையாள் அனுமதி தந்து நாணி நிற்க, அதை ரசித்தவன் அவள் முகத்தைத் தூக்கி அவள் இதழில் தன் இதழைப் பொருத்தினான்...

அவள் இதழின் சுவையை அறிந்தவனுக்கு உள்ளுக்குள் மோகப் போதை ஏறிட, முன்னேறி அவளுக்கும் தன் இதழின் சுவையை அறிய வைத்தான்...

அவளுடைய உடல் நடுக்கத்திற்கு ஆறுதலாக இறுக்கமாக அணைத்துக் கொள்ள, பற்றிக் கொள்ள அவன் தோள் கிடைத்த மகிழ்ச்சியில் அவளும் தோதாய் வளைந்து கொடுத்தாள்...

"ஜானுமா எத்தனை வருஷத்து கனவுடி. நான் காலேஜ் போகும் போது வந்து நிற்பையே மாமான்னு, அப்படியே அள்ளிக்கலாம்னு கையெல்லாம் பரபரக்கும்.." என்று தன் பல வருட ஆசைகளைச் சொல்லிக் கொண்டே அவள் முகத்தில் முத்தமிட்டான்...

நேரம் காலம் மறந்து தன்னவளை இறுக்கி அணைத்தபடி, முத்தக் கடலில் கொஞ்ச நேரம் மூழ்கி நின்றான்...

அவள் கொஞ்சம் ஆசுவாசமானதும் அவனும் நிதானமாகி, "வா" என்று அழைத்து அந்த அறையைச் சுத்திக் காட்டினான்...

"என்னடி ஒன்னுமே பேசமாட்டேங்கற இந்த ரூம் உனக்குப் பிடிச்சிருக்கா?" என்றவன் அப்படியே பால்கனிச் சுவரில் சாய்ந்து கொண்டு அவளையும் தன் மேல் சாய்த்துக் கொண்டான்...

"ஐயோ மாமா, யாராவது பார்க்கப் போறாங்க. விடுங்க" என்று அவள் திமி-றியபடி விலகப் பார்க்கவும்,

"என் கண்ண நேருக்கு நேரா பார்க்கிற அளவுக்குத் தைரியம் இங்க யாருக்கும் இல்லைடி... உன்னைத் தவிர எல்லாருமே எனக்கு மரியாதை கொடுத்து, ரெண்டு அடி தள்ளித் தான் நிற்பாங்க...

அப்படி இருக்கும் போது என் பொண்டாட்டியோட சேர்ந்து நிற்கும் போது நிமிர்ந்து பார்க்கும் தைரியம் யாருக்கு வரும்?" என்றான் திமிர் தெறிக்க...

"சைக்கிள் கேப்புல என் காலை வாருறீங்க பாத்தீங்களா? நானும் உங்களுக்கு மரியாதை கொடுத்துட்டுத் தானே இருக்கேன்... எதாவது குறை சொல்லனும்னே சொல்லாதீங்க...

பெரிய மாமா அத்தை இருக்கும் போதே உங்களுக்கு வாய் அதிகம் யாரும் அடக்க முடியாது... இப்ப சொல்லவா வேணும்?" என்றவள் அவனின் முறைப்-பைப் பார்த்து விட்டு உள்ளே ஓடிப் போனாள்...

அவள் கதவைத் திறந்து கொண்டு ஓடுவதற்குள் எட்டிப் பிடித்தவன், அவளை அப்படியே தூக்கிப் போய் கட்டிலில் போட்டான்...

மீன் குட்டியாய் துள்ளிய பெண் மயிலைக் காக்கும் பொருட்டு பேகன் போலத் தன் உடலை அவள் போர்வையாக்கினான்...

"யாருக்குடி வாய் அதிகம்?" என்று அவள் இதழைக் கடித்தவன் மூக்கு நுனி-யில் தன் மூக்கை வைத்துத் தேய்த்துக் கொண்டே அவளுக்குள் தன்னை புதைத்-துக் கொண்டான்...

உணர்வுகளின் பிடியில் தன்னை தொலைத்தவள், மன்னவன் கையில் மகிழ்-வோடு பொம்மையாகிப் போனாள்...

தாபத்துடன், "ஜானுமா நைட் வரை என்னால காத்திருக்க முடியாதுடி, வரு-ஷக் கணக்கா பொத்தி வச்சிருக்குற என் ஆசைய நீயும் புருஞ்சுக்கலாம்ல?"

என்று சொல்லி அவள் காது மடலில் முத்தமிட்டான்...

"மாமா.. மாமா.." என்பதைத் தாண்டி அவள் இதழ்கள் எதையும் உச்சரிக்கவில்லை.

பற்களால் அவளின் காது மடலை வருடிக் கொடுத்ததும், பேதைப் பெண் தாங்க முடியாத துடிப்புடன் தன் கையை அவன் முதுகின் மேல் படரவிட்டாள்....

அவள் அணைப்பில் உயிர் தொலைந்து போனவன், உடலெல்லாம் பரவசத்தில் சிலிர்த்துப் போய் அவளை மொத்தமாகத் தனக்குச் சொந்தமாக்கிக் கொண்டான்...

அவளுக்கு எதிர்ப்பு சொல்லும் வாய்ப்பே தராமல் தன்னுள் பற்றிய மோகத்தீயில் அவளையும் சேர்த்து எரிய வைத்தான்.

இருவரின் நெடுநாளைய இல்லற வாழ்க்கையின் ஆழமான அஸ்திவாரம் அங்கே தொடங்கி வைக்கப்பட்டது...

மாடியில் தனக்கென ஒதுக்கப்பட்ட அறைக்கு வந்த விஷ்ணு, அந்த அறையின் பிரமாண்டத்தைப் பார்த்து வியந்து போய் நின்றான்...

ஒவ்வொரு பொருளாகப் பார்த்துக் கொண்டு வந்தவன் கபோடை திறந்து பாரத்து விட்டு அப்படியே அதிர்ந்து போய் நின்று விட்டான்...

அவனுக்குத் தேவையான விதவிதமான துணிகள் கடிகாரம் முதல் ஷு வரை எல்லாமே சரியான அளவில் அங்கே இருந்தது...

அம்மா அப்பா பையன் தேவையறிந்து வாங்கி வைப்பது போல், விஷ்ணுவுக்கு என்னவெல்லாம் தேவைப்படும் என்று பார்த்து வாங்கி இருந்தான் கதிர்...

சென்ட் பாட்டில் பெல்ட் கர்சீப் வரை குறை சொல்ல முடியாத அளவிற்கு அத்தனையும் அங்கே இருந்தது...

அண்ணனின் அன்பை எண்ணி அவனுக்குக் கண்ணைக் கரித்துக் கொண்டு வர, அப்போதே அண்ணனைப் பார்க்க வேண்டும் என்ற ஆவல் வந்தது...

ஆயினும் அவர்களின் தனிமையைக் கெடுக்கக் கூடாது என்னும் பக்குவத்தோடு, தன் உணர்வுகளை அடக்கிக் கொண்டு எல்லாவற்றையும் எடுத்துப் பார்த்தான்...

மதியத்துக்கு மேல் உறக்கம் கலைந்து எழுந்த கதிருக்குப் பசி எடுக்க அப்போது தான் ஞாபகம் வந்தவனாகக் காலையில் யாருமே சாப்பிடவில்லை என்ற எண்ணம் தோன்றியது...

ஜானு என்று அவளை எழுப்பவும், "போங்க மாமா எனக்குத் தூக்கம் வருது" என்று மறுபுறம் திரும்பிப் படுத்துக் கொண்டாள்...

அவன் விடாமல் அவளை எழுப்பித் தூக்கி நிமிர வைத்ததும், சோம்பல் பட்டுக் கொண்டே கண்விழித்தவள் தன் மேல் எந்த ஆடையும் இல்லாததைப் பார்த்து, பெண் பிள்ளையாய் பதறியடித்து போர்வையை வாரிப் போர்த்திக் கொண்டாள்...

ஆண் பிள்ளைக்கே உரிய சீண்டலோடு, "எதுக்குடி இந்தப் போர்வை உனக்கு? முழுசும் நனைஞ்சாச்சு, முக்காடு எதுக்கு? அதான் நான் பார்த்துட்டேனே" என்று மையலுடன் கண்ணடிக்க அவள் முகத்தில் வெக்க ரேகை அதன் வேலையைச் செவ்வனே செய்ய ஆரம்பித்தது...

"நீ வெக்கப்பட்டா என்னால சும்மா இருக்க முடியாது ஜானு" என்றவன் அடுத்த ஆட்டத்திற்கு தயாரானான்...

"ஐயோ விடுங்க மாமா" என்று அவன் பிடியிலிருந்து தப்பிய பெண் பாவை, அவனைப் பார்க்கவே வெக்கப்பட்டு போர்வையோடு எழுந்து பாத்ருமிற்கு ஓடி-விட்டாள்...

அவளின் செய்கையில் சத்தமாகச் சிரித்தவன் கபோர்டைத் திறந்து அவளுக்-குத் தேவையான உடைகளை எடுத்துக் கட்டில் மேல் வைத்துக் கொண்டு காத்தி-ருந்தான்...

அவனுடைய நினைப்பைப் பொய்யாக்காமல் கொஞ்ச நேரத்திலேயே தலையை மட்டும் வெளியே நீட்டிய அந்த பூனைக் குட்டி, "மாமா எனக்கு இங்க துணி இல்-லையே. அந்த வீட்ல இருக்கும், போய் எடுத்துட்டு வந்தால் தான் நான் வெளியே வர முடியும். என்ன செய்யட்டும்?" என்றாள்...

"அச்சச்சோ, நானும் அத மறந்துட்டேனே" என்று பொய்யாய் பரிதாபப்பட்ட-வன்,

"சரி அப்படியே வெளியே வாடி. இந்த ரூம்க்கு யாரும் என் அனுமதி இல்லாம வரமாட்டாங்க" என்றான்...

"இப்படியே எப்படி வர்றது?" என்று அழுவது போலப் பேசினாள்...

"நான்தான் இருக்கேன்ல, நான் யாரும் வராம பாத்துக்குறேன். நீ வா.. எனக்-கும் அடுத்த ஒரு வாரத்துக்கு வெளியே எங்கேயும் போகத் தேவையில்ல. எல்லா வேலையும் வீட்டுக்குள்ள தான்..

பொறுமையா அடுத்த வாரம் போய் உன் டிரஸ் எல்லாம் எடுத்துட்டு வந்து தர்றேன்... அதுவரைக்கும் நீ ஜாலியா நம்ம ரூம்ல இப்படியே சுத்தலாம்... நான் உன்ன பத்திரமா பாத்துக்குறேன்" என்றான் பொறுப்பு சிகாமணியாய்...

"மாமா" என்று சத்தமாக அழைத்தால்...

"என்ன?" என்று அவள் கேட்ட அதே மாடுலேஷனில் அவனும் கேட்டான்...

அவன் தன்னை விடாமல் சீண்டுவது புரிந்த ஜானு கோபத்துடன், "எனக்கு போட்டுக்க எதாவது தருவீங்களா? மாட்டிங்களா? இல்லைனா நான் பாத்ரூமை விட்டு வெளியே வரவே மாட்டேன்" என்றாள் சிணுங்கலுடன்...

"இது இன்னும் நல்ல ஐடியாவா இருக்கே ஜானும்மா, பெரிய ரூம் எதுக்கு நமக்கு? நீ கதவை மட்டும் இன்னும் கொஞ்சம் திறந்து விடு... நானும் உள்ளே வந்திடுரேன், நாம உள்ளயே இருந்துக்கலாம்" என்று விரைந்து செல்லவும்,

"ஆ.." எனக் கத்திக் கொண்டே கதவை அடைத்து விட்டாள்...

உள்ளே இருந்த படியே, "மாமா, என் செல்லம்ல, என் பட்டுல" என்றிட,

"எங்க நீதான் கூட்டு சேக்க மாட்டிக்கிறியே" என்றான் கதவின் வெளியில் இருந்து கொண்டு...

"விளையாடாதீங்க மாமா, எனக்குக் கோபம் வரும் சொல்லிட்டேன்.. உங்களோட துணியவாவது தாங்களேன் ப்ளீஸ் மாமா" என்றாள்...

"சரி சரி அழுதிடாத, இந்தா டிரஸ் வாங்கிக்கோ ஜானு" என்றான்...

அவள் உஷாராய் தன் வலது கையை மட்டும் வெளியே அனுப்பினாள்...

"குசும்பாடி, இது வழியா டிரஸ் வராது, இன்னும் கொஞ்சம் கதவைத் திறந்து வாங்கிக்கோடி" என்றான்...

அவள் கதவைக் கொஞ்சம் விரித்துத் திறந்ததும், பொம்மை போல அப்படியே அவளை வெளியில் இழுத்து, தன் பரந்த மார்பில் போட்டுக் கொண்டு ரெங்க ராட்டினம் சுற்றவும் அவள் பயத்தில் கத்த ஆரம்பித்தாள்...

அவன் இறக்கி விடவும், அவனை அணைத்தபடியே இருந்தவள், "மாமா இப்படி எல்லாம் பண்ணாதீங்க, எனக்கு என்னவோ போல இருக்கு... எனக்கு போட்டுக்க நல்ல துணியா எதாவது எடுத்துக் கொடுங்க, ப்ளீஸ் மாமா" என்று கெஞ்சியவளைப் பார்க்க அவனுக்குள் ஆசைதான் ஊற்றெடுத்தது...

"என்னையவே போர்த்திக்கோ ஜானு" என்றான்...

அவன் வார்த்தைகளுக்கே அவளின் உடல் நடுங்கிட, "ஏன்டி பயப்படுற இனிமே தினமும் இப்படித்தான் நான் சேட்டை செய்வேன்... என்ன சமாளிக்கப் பழகிக்கடி" என்று அவளைத் தன்னுள் இறுக்கிக் கொண்டான்...

'தன்னையன்றித் தன் தலைவனுக்குத் தேவை தீர்ப்பவர் யார்?' எனும் உண்மையை உணர்ந்து கொண்ட தலைவியும் அவன் ஆசையறிந்து இடம் கொடுத்துவிட்டாள்...

அவளிடம் தன்னுடைய நெடு நாள் தேவையைத் தீர்த்துக் கொள்ள ஆரம்பித்தான் கதிர்... அறை முழுவதும் கொஞ்சல்களும் சிணுங்கல்களும் மட்டுமே கேட்டது...

அவன் தேவை தீர்ந்ததும் அவளை ஆசையுடன் முத்தமிட்டவன், "இந்தா.." என்று புது உடையை அவளிடம் கொடுத்தான்...

தன் மேல் அவன் வைத்திருக்கும் பாசத்தின் அளவைப் பார்த்ததும் ஜானுவிற்கு கண்கள் கசிந்தது...

அதை அவன் பார்த்துவிட, "இதை முதல்லயே கொடுத்திருக்கலாம்ல?" என்று பேச்சை மாற்றினாள்...

அவள் மனம் புரிந்தவனோ, "அப்போ கொடுத்திருந்தா, இப்படிச் சுடச்சுட கிடைச்சிருக்குமா?" என்றான்...

"இனிமே உஷாரா இருந்துக்குவேன் போங்க" என்று முகத்தை வெட்டினாள்...

"உஷாரா இருந்தாலும் மாமா உன்ன சும்மா விட மாட்டேன்டி" என்றவன் அவளை அப்படியே தூக்கிப் போய் பாத்ரூமில் விட்டான்...

'எங்கே இன்னோர் முறை அவன் விளையாட்டு ஆரம்பித்து விடுமோ?' என்று அஞ்சி நடுங்கியவளிடம்,

"குளிச்சுட்டு வா ஜானு" என்று அவளுடைய உடைகளை எடுத்து அணிந்து கொள்ள வசதியான இடத்தில் வைத்தான்...

ஜானகி குளித்து விட்டு வரும் வரை கட்டிலில் ஹாயாகப் படுத்திருந்தவன் அவள் வந்ததும் அவனும் குளிக்கச் சென்றான்...

22

அத்தியாயம் 22

அவன் வருவதற்குள் ஜானகி புதுப் புடவை ப்ளவுஸை நேர்த்தியாய் அணிந்து முடித்திருந்தாள்... புடவையின் நிறமும், அதன் மேல் இருந்த பட்டு வண்ண கோலங்களும் அவள் அழகை இன்னும் தூக்கலாகக் காட்டியது...

தானும் குளித்து விட்டு வந்த கதிர், "இந்தப் புடவை உனக்கு செமையா இருக்குடி, எடுக்கும் போதே நினைச்சேன்.." என்றான்...

"நீங்களே போய் எடுத்தீங்களா மாமா? என்றாள் அவள் ஆச்சரியமாக...

"ஆமா, என் பொண்டாட்டிக்கு எடுக்க வேற யார் போவாங்க? நம்பலைனா போய் அந்த கபோர்டில பாரு. உனக்குத் தேவையான எல்லாமே இருக்கும்... அளவெல்லாம் சரியாக இருக்குல?.." என்று அவன் கேலியாகக் கேட்டான்...

அவனைச் செல்லமாய் முறைத்தவள், "அதெப்படி உங்களுக்குத் தெரியும்?" என்றாள்...

"அடியேய், உன்னோட அளவு எனக்குத் தெரியாதா போடி." என்றான்.

அவளின் பற்கள் நறநறவென கடிக்கப்பட்டது...

எத்தனை வருட ஆசை இந்த சீண்டல்களெல்லாம் அவனுக்கு? அத்தனையும் ஒரு சேர அவளிடம் காட்டினான்...

"எனக்கு ரொம்ப பசிக்குது ஜானு, சாப்பாடு எடுத்து வரச் சொல்லட்டுமா?" என்றான்...

"அப்ப விஷ்ணுவுக்கு?" என்றாள் அன்னையின் அன்போடு...

"அவன் அறைக்குக் கொண்டு போய் கொடுக்கச் சொல்லிருவோம்" என்றவனை முறைத்துக் கொண்டு நின்றாள்...

"ஏன்டி எது சொன்னாலும் முறைக்கிற, கண்ணு வெளியில விழுந்திடப் போகுது பாரு... ஆமா இப்ப எதுக்கு இந்த முறைப்பு?" என்றான்...

"இதென்ன ஹோட்டலா, அவன் தனியா ஆர்டர் பண்ணிச் சாப்பிட, நாம தனியா ஆர்டர் பண்ணிச் சாப்பிட? வாங்க அவனையும் கூட்டிட்டு போய் சாப்பிட்டு வருவோம்... சும்மாவே அவன் காய்கறி சாப்பிட மாட்டான்.." என்று கதவை நோக்கிச் சென்றாள்....

'எத்தனை தூரம் அக்கறை கொள்கிறாள்?!' எனும் ஆச்சரியத்தோடு அவனும் தன் மனைவியைப் பின் தொடர்ந்து சென்றான்...

விஷ்ணு அறைக்குச் சென்றனர் இருவரும்...

"விஷ்ணு சாப்பிட போகலாம் வா" என்று ஜானு அழைத்தாள்.

"நீங்க போங்க நான் கொஞ்ச நேரம் கழிச்சு சாப்பிடறேன் அண்ணி" என்றான் அவர்களைத் தொந்தரவு பண்ண விரும்பாமல்...

உள்ளே நுழைந்த ஜானு அவன் கையைப் பிடித்து இழுத்துக் கொண்டு, "வாங்க மாமா போகலாம்" என்று முன்னே செல்ல, அவளின் அராஜகத்தைப் பார்த்துச் சிரிப்புடன் பின்னே சென்றான் கதிர்...

"மாமா சாப்பிடற ரூம் அங்க தானே காட்டுனீங்க?" என்று கேட்டுக் கொண்டே சென்றவள்,

"விஷ்ணு உனக்கு ரூம் பிடிச்சிருக்கா? தனியா இருக்க கஷ்டமா இருந்தால் கொஞ்ச நாள் எங்க கூட வந்து தங்கிக்கிறியா" என்றாள்...

அந்த வார்த்தைகளைக் கேட்ட கதிர் அதிர்ந்து போய் அப்படியே நின்றுவிட்டான்..

'அடிப்பாவி மகளே, ஊருக்குள்ள எல்லாருக்கும் நான் பேய் ஓட்டுறேன்... ஆனா இந்தக் குள்ளக் கத்திரிக்கா மட்டும் என்னை நிம்மதியா இருக்க விடமாட்டீங்கறாளே... அங்க சுத்தி இங்க சுத்தி, இவளை என்கிட்ட கொண்டு வந்து சேக்குறதுக்குள்ள எனக்குப் பாதி ஜீவன் கரைஞ்சு போச்சு...

இதுல அவனை வேற கூடக் கூட்டி வந்து தொட்டில்ல போட்டுத் தாலாட்டு பாடுவாளாமா? இவளை எல்லாம் டிரஸ் கொடுத்து வெளிய விட்டது என் தப்பு... இப்படிப்பட்ட உத்தமிய வெச்சுகிட்டு நான் குடும்பம் நடத்தித் தள்ளின மாதிரி தான்...

முதல்ல இவனைப் பார்சல் பண்ணி வெளிநாட்டுக்கு அனுப்பனும்... அடுத்த ஆறு மாசத்துக்கு இவ கண்ணுல அபியையோ விஷ்ணுவையோ காட்டவே கூடாது...

இல்லைனா நம்ம வாழ்க்கைக்கே ஆப்பு வெச்சுருவா, கிராதகி" என்று முடிவெடுத்துக் கொண்டான்...

"ஏண்டி விஷ்ணு என்ன சின்னக் குழந்தைன்னு நினைச்சியா? அவனுக்கும் அடுத்த வருஷமே பொண்ணு பாக்கனும் ஞாபகம் இருக்கட்டும்."

"ஐயோ இவன் முதல்ல இவனோட ரூம்ல ஒழுங்கா இருக்கானான்னு பாக்காம கல்யாணம் பண்றதா? கண்டிப்பா முடியாது மாமா" என்றாள்.

இருவரின் சம்பாஷணைகளைக் கேட்டு விஷ்ணு சத்தமாகவே சிரிக்கத் துவங்கி விட்டான்...

"உனக்கு எந்த வேலையும் இல்லாததால தான் நீ கண்டதையும் யோசிக்கற... இரு உனக்கு ஒரு லிஸ்டு போட்டு தறேன். நாளையிலிருந்து அதுபடி தான் நீ வேலை செய்யனும்... எலெக்சன் வேற வருது, உனக்கு இன்னும் வேலை அதிகமா இருக்கும்" என்றான்...

ஜானகி சத்தமாகச் சிரித்தாள்...

"என்னத்துக்குடி இப்படிச் சிரிக்கற?" என்றான்...

"எலெக்சன் வந்தால் எனக்கு என்ன மாமா? அதுல நான் என்ன பண்ணப் போறேன்? அது உங்க டிபார்ட்மெண்ட், எனக்கும் அதுக்கும் என்ன சம்பந்தம்?" என்றாள்...

"அப்போ நான் முதலமைச்சர் ஆனா உனக்குச் சந்தோஷமில்லை அப்படித் தானே?" என்று முகத்தைச் சுருக்கிக் கொண்டான்...

"அப்படி சொல்லலை, அன்னைக்குச் சொன்னது தான் இன்னைக்கும் சொல்றேன்... அது உங்க ஆசை, உங்க லட்சியம். அது நிறைவேறும் போது எனக்கும் சந்தோஷம் தான் மாமா... மத்தபடி எனக்கு அதுல பெரிய ஈடுபாடெல்லாம் இல்ல. அத்தையோட மல்லுக்கட்டின மாதிரி என்கிட்டக் கட்டாதீங்க, ஆளைவிடுங்க சாமி" என்றாள்...

"அண்ணி என்ன இப்படிச் சொல்லிட்ட? ஒரு நாட்டின் முதலமைச்சரோட பொண்டாட்டி இப்படி பொறுப்பில்லாம பேசலாமா?..

இவ்வளவு நாள் எங்களுக்காக எல்லாம் செய்த... இனி அண்ணனுக்காக அவரோட இருந்து எல்லாம் கத்துக்கனும் நீ... அப்பத் தான் அண்ணாவுக்கும் மரியாதை.. யாராவது எதாவது கேட்டு நீ பேந்த பேந்த முழிச்சீனா அது அண்ணனுக்கு அசிங்கம் அண்ணி" என்று எக்குத்தப்பாய் கோர்த்து விட்டான்...

"எனக்கு போதும்ங்கற அளவுக்குத் தெருஞ்சிக்கிறேன், இப்ப வாங்க சாப்பிடலாம் வயிறு பசிக்குது" என்றாள்...

மூன்று பேரும் சாப்பிட்டு முடித்ததும், "ஜானு நாளையிலிருந்து எனக்கு சமைக்கறது நீதான்... மத்தவங்களுக்கெல்லாம் பட்டம்மாள் சமைச்சுப்பாங்க... எனக்கு மட்டும் நீ தான் சமைக்கற... நம்ம ரூம்லயே அதுக்குத் தேவையான எல்லாம் ரெடி பண்ணித் தரச்சொல்றேன்" என்றான்...

"பெட் ரூம்ல சமையலா? அந்த ரூம்ல எப்படி மாமா சமையல் செய்யறது? உள்ள புகை சுத்தினா, மிக்ஸி போட்டால் உங்களுக்குத்தான் கஷ்டம்" என்றாள்...

"அதைப் பத்தி உனக்கு என்ன கவலை?" என்றவன் சரவணனுக்கு போன் பண்ணி வேண்டிய ஏற்பாடுகளைச் செய்யச் சொன்னான்...

அதை எல்லாம் கேட்டுக் கொண்டே சிரிப்புடன் உள்ளே வந்த குமரன், "என் நண்பனும் குடும்பஸ்தன் ஆகிட்டான்... வாழ்த்துக்கள், நீ எப்படிமா இருக்க?" என்று ஜானகியைப் பார்த்துக் கேட்டான்...

"நல்லாருக்கேன் வீட்டில் எல்லாரும் நல்லாருக்காங்களா?" என்றாள் அவளும்...

"நல்லா இருக்காங்கம்மா... அது சரி ஐயாவுக்கு நீதான் ஆக்கிக் கொட்டனுமா? ரொம்பக் கொடுமை பண்றான் போலயே.." என்று கதிரை வம்பிழுத்தான்...

"அட நீ வேறடா, என் நாக்கை இவ வசியம் பண்ணி வெச்சிருக்கா... அதுக்கு யார் சமைச்சாலும் புடிக்க மாட்டேங்குது... ஆமா நீ எப்ப வந்த? எலெக்சன் வேலை எப்படி போய்கிட்டிருக்கு?" என்று கேட்டுக் கொண்டே ஆபீஸ் ரூமிற்குச் சென்றார்கள்...

விஷ்ணுவும் ஜானகியும் பேசிக் கொண்டே அந்த வீட்டைச் சுத்தி பார்த்துவிட்டு, விஷ்ணுவின் அறையில் போய் அமர்ந்து கொண்டார்கள்...

"விஷ்ணு நாம அந்த வீட்டை காலி பண்ணிக் கொடுக்கனும், எப்ப போகலாம்?" என்றாள்...

"அண்ணி அதெல்லாம் அண்ணன் ஆளை வெச்சுப் பண்ணிருவாங்க... நீ கவலைப் பாடாத, நானும் இன்னும் பதினைந்து நாள்ள லண்டன் போயிருவேன்...

நீ அண்ணா கூட இனிமேலாவது சந்தோஷமா இரு... என்னையோ அபியையோ நினைச்சுகிட்டு இருக்காத. எங்க வாழ்க்கைய நாங்க பார்த்துப்போம்...

உங்க அத்தைக்கு நீ பண்ணிக் கொடுத்த சத்தியம் நாங்க ரெண்டு பேரும் பெருசாகி எங்க வாழ்க்கைய நாங்களே தேர்ந்தெடுக்கும் போதே முடிஞ்சு போச்சு...

இனி அந்த சத்தியத்துக்கு எந்த வேல்யூவும் இல்லை அண்ணி" என்று அவள் வளர்த்த பிள்ளை அவளுக்கே அறிவுரை சொன்னான்...

"சத்தியம் செஞ்சதால மட்டும் பாசம் காட்டல விஷ்ணு... எனக்கே உங்க ரெண்டு பேரையும் பாத்துக்கறது பிடிக்கும்... உனக்கு எப்ப எதுனாலும் நான் தான் செய்வேன்...

என்னைக் கேட்காம நீ வெளிநாட்டில் இருந்து எவளையாவது கூட்டிகிட்டு வந்த, அவ்வளவு தான் சொல்லிட்டேன்...

நம்ம வீட்டுக் கடைசி கல்யாணம் உன்னது தான்... நான் தான் பொண்ணு பார்த்து உனக்குக் கல்யாணம் பண்ணி வைப்பேன், சரியா?" என்றாள்...

"நான் போய் படுச்சிட்டு வரேன், நீ பொண்ணு பார்த்து வை... வந்ததும் கல்யாணம் தான்" என்றவன்,

"அண்ணி நீ கவனிச்சியா? மண்டபத்துல அண்ணா வந்து பேசியதும் அந்த சரண் முகம் ஒரு மாதிரி ஆயிருச்சு...

எனக்குத் தெரிஞ்சு அவன் உன்னை விரும்பி இருப்பான்னு நினைக்கிறேன்... அதான் பையனுக்குக் காதல் தோல்வி போல.. நான் அவனையே தான் கவனிச்சுகிட்டு இருந்தேன்" என்று சிரித்தான்...

"நீ என்கிட்ட அடி தான் வாங்கப் போற, நீ இப்படிப் பேசுறது உங்க அண்ணாவுக்கு மட்டும் தெருஞ்சுது, மனுஷன் மறுபடியும் மலையேறிடுவார்டா" என்றாள்...

ஏனோ அவளுக்கு அபியின் நியாபகம் தலை தூக்கிட, "அவங்க இனிமேல் அபிய நல்லா வெச்சிருப்பாங்க தானே விஷ்ணு?" என்றாள் கலக்கத்தோடு...

"இல்லைனா அண்ணாகிட்ட பதில் சொல்லனும்ங்கற பயம் இருக்கும் அண்ணி... அதுக்காகவே அவளை எந்தக் குறையும் இல்லாம பார்த்துப்பாங்க" என்றான்...

"ஒரு தடவ போன் பண்ணுடா, என்ன பண்றான்னு கேட்ப்போம்" என்றவள் அவன் தயங்கியதும் அவளே அவன் போனைப் பிடுங்கி அபிக்கு அழைத்தாள்...

அபி போனை எடுத்ததும், "ஹலோ அபி, என்ன பண்ற மண்டபத்துல இருந்து எப்ப வீட்டுக்குப் போனீங்க? உனக்கு அங்க எல்லாம் பிடிச்சிருக்கா?" என்று பயத்தோடே கேட்டாள்...

"பதறாத அண்ணி, எனக்கு இங்க எல்லாம் பிடிச்சிருக்கு... அண்ணா கோபமா போனது தான் மனசுக்கு கஷ்டமா இருக்கு... இவங்க எல்லாரும் செஞ்ச தப்புக்கு என்கிட்ட மன்னிப்பு கேட்டாங்க...

சங்கர் தான் இதை ஏன் முன்னமே சொல்லலைன்னு கோவிச்சுகிட்டார்... அவருட்டயும் நான் பேசி புரிய வச்சிட்டேன்" என்றாள்...

"ஹப்பாடா இப்பதான் எனக்குப் போன உயிர் திரும்பி வந்திருக்கு... ஒண்ணு மட்டும் நல்லா புரிஞ்சுக்க அபி, இனி அது உன் குடும்பம்... நீ தான் முன்னப் பின்ன இருந்தாலும் அனுசரிச்சுப் போகனும் நீங்கெல்லாம் எப்ப வரீங்க அபி? என்றாள்...

"குல தெய்வ கோவிலுக்கெல்லாம் போகனும்னு சொன்னாங்க இன்னும் ஒரு வாரம் கழிச்சு வரோம் அண்ணி... விஷ்ணு அண்ணா என்ன பண்றாங்க? அவங்களுக்கு அங்க பிடிச்சிருக்கா?" என்றாள் அபி...

"அவனுக்கு பிடிச்சிருக்கு, இன்னும் பதினைந்து நாளில் லண்டன் போயிருவான்... அதுக்குள்ள நீ இங்க ஒருதடவ வந்துட்டு போ அபி... உங்க அண்ணா பேசினதை மனசுல வெச்சுகிட்டு வராம இருந்துறாதே...

நம்ம குடும்பம் ஒண்ணா இருந்து ரொம்ப வருஷமாச்சு... உங்க அண்ணனுக்குமே இத சொல்லனும்னு ஆசைதான், ஆனால் வெட்டி வீராப்பு இன்னும் கொஞ்சம் மிச்சம் கெடக்கு.." என்றாள் ஜானகி...

"எங்க அண்ணாவா, எப்ப பேசினாங்க? அவங்களே அண்ணியக் கண்டு பயந்து கிடப்பாங்க... அவங்க பேசியதை நினைச்சு நான் வருத்தப்பட முடியுமா?" என்று கிண்டலாகச் சொல்லவும் இருவருமே சிரித்து விட்டார்கள்...

சிரித்துக் கொண்டே திரும்பிய விஷ்ணு, கதிர் வாசலில் நின்று இவர்கள் பேசுவதை எல்லாம் கேட்டுக் கொண்டிருப்பதைப் பார்த்தவுடன், 'நாம லவுட் ஸ்பீக்கரில் போட்டுப் பேசியிருக்கக் கூடாது' என்று தாமதமாய் உணர்ந்தான்...

ஜானுவின் கையிலிருந்த போனை வெடுக்கென பிடிங்கி, "அபி, நாங்க அப்பறமா பேசுறோம். பாய்" என்று போனை அணைத்து விட்டான்...

"டேய், நாங்க பேசிக்கிட்டு இருக்கும் போது எதுக்கு ஆப் பண்ணுன?" என்று கேட்டுக் கொண்டே அவனைப் பார்த்தவள், விஷ்ணுவின் பார்வை வேறு எங்கோ இருக்க அங்கே அவளும் பார்த்து விட்டு நாக்கை கடித்துக் கொண்டு அப்படியே நின்று விட்டாள்....

23

அத்தியாயம் 23

விஷ்ணுவும் ஜானுவும் கதிரைப் பார்த்ததும் திருதிருவென்று முழித்துக் கொண்டிருந்தார்கள்...

'ஐயோ போச்சே இந்தப் பெருச்சாளி எப்ப வந்துச்சோ, இன்னைக்கு நாம காலி தான்' என்று உடம்பை விரைத்துக் கொண்டு நின்றாள் ஜானு...

அவர்களையே பார்த்துக் கொண்டு உள்ளே வந்தவன், "தப்பு செய்தவளை நான் கண்டிச்சா நீ அவனெல்லாம் ஒரு ஆளான்னு சொல்லித் தர்றியாடி?..

அப்பறம் எப்படி அவளுக்கு என்கிட்டப் பயம் வரும்? நீ தாண்டி அவளைச் செல்லம் கொடுத்துக் கெடுத்து வெச்சிருக்க" என்றான் கோபத்துடன்...

ஜானு அவனைத் தவிர, அங்கிருந்த டேபில், சேர், சோபா லொட்டு லொசுக்குன்னு எல்லாத்தையும் பார்த்துக் கொண்டிருந்தாள்...

"ஏய் என்னைப் பாருடி நான் பேசுனா என்னைத்தான் பார்க்கனும், அதை விட்டுட்டு இந்த வீட்டை அளவெடுத்துகிட்டு இருக்கற? உன்னை எல்லாம்" என்று மேலும் கோபத்துடன் கத்தியவன்,

"நீ நம்ம ரூமுக்குப் போ, நான் அங்க வந்து உன்ன கவனிக்கிறேன்" என்றான்...

ஜானகி விஷ்ணுவிற்கு, 'நான் தப்பிச்சிட்டேன்டா' என்பதைப் போல ஜாடை காட்டி விட்டு, தப்பித்தால் போதும் என்று அங்கிருந்து ஓடி விட்டாள்...

"என்னடா நீ அவளுக்கு சப்போர்ட் பண்ணிக்கிட்டு நிக்கிறயா? இதெல்லாம் தப்புன்னு சொல்ல மாட்டயா? என் வீட்ல இருக்குற ஒன்னுக்கு கூடப் பொறுப்பே இல்ல, எல்லாம் எருமை மாடு மாதிரி சுத்துது" என்று திட்டிக் கொண்டே சென்றான் கதிர்...

தன் அறைக்குச் சென்றவன், அவள் பால்கனி பக்கம் நிற்பதைப் பார்த்துவிட்டு, "ஜானு இங்க வா" என்றான் அழுத்தமாக...

போச்சு போச்சு வந்துட்டானே வந்துட்டானே என்னவெல்லாம் பேசப் போறானோ, என்று மனசுக்குள் அவனை வறுத்து எடுத்துக் கொண்டே தயங்கித் தயங்கி உள்ளே வந்தாள்...

அவளைக் கட்டிலில் அமர வைத்தவன், "ஜானு இனிமே அபி விஷயத்தில் நீ தலையிடாதே, அது எனக்குப் பிடிக்கவும் பிடிக்காது சரியா?" என்றான்...

அப்போதைக்கு வேறு வழியில்லாமல் சரி என்பது போல் தலை ஆட்டினாள் ஜானு...

"என்ன சும்மா மண்டைய மண்டைய ஆட்ற" என்று அவள் தலையை அழுத்தமாகப் பிடித்தான்...

"விடுங்க மாமா உங்க கை இரும்பு மாதிரி இருக்கு வலிக்குது" என்றாள்...

"அப்படி இருந்தும் நீ என் பேச்சை கேக்கறையா?" என்றவன், "சரி, நம்ம ரூம்ல சமையலறை எங்கே போடலாம் ஜானு?" என்று கேட்டான்...

ஜானகி கொஞ்ச நேரம் அங்கே இங்கே நடந்தவள், "இங்கே போடலாம்" என்று சொன்ன இடத்தில், அடுத்த நாளே ஆட்கள் வந்து வேலையை ஆரம்பித்தார்கள்...

அடுத்த இரண்டே வாரத்தில் மேலே சமையல் ரூம், அவளுக்குச் சமைக்கத் தேவையான அத்தனை பொருட்களும் வாங்கிக் குவித்திருந்தான்...

அந்த சமையலறையில் ஜானகி முதல் முறையாக கேசரி செய்தாள்... பின் கதிருக்கு பிடிச்ச மீன் குழம்பை செய்தவள், மீனைப் பொறித்து எடுத்தாள்...

கதிர் குட்டி போட்ட பூனை மாதிரி அவள் பின்னேயே நடந்து கொண்டிருந்தான்...

"ஏய் சமையல் ஆயிருச்சாடி, இன்னுமா செய்யற" என்று அவனுடைய தொன தொனப்பு தாங்க முடியாமல், மீனைப் பொறித்து ஒரு பிளேட்டில் வைத்து அவனுக்குக் கொடுத்தாள்...

சமையலறையில் சேரை கொண்டு வந்து போட்டு அமர்ந்து கொண்டவன், ரசித்து ருசித்துச் சாப்பிட்டான்...

அவன் சாப்பிடச் சாப்பிட சூடாகப் போட்டுக் கொடுத்தாள் ஜானு, "இன்னைக்குத் தாண்டி என் நாக்குக்கு உயிரே வந்திருக்கு, என்னம்மா டேஸ்டா செய்யறே" என்று சப்பு கொட்டிச் சாப்பிட்டான்...

லண்டன் போறதுக்கு தேவையானது எல்லாம் வாங்கச் சென்றிருந்த விஷ்ணு வந்ததும், அவனையும் அழைத்து வந்து போட்டுக் கொடுத்தாள்...

"அண்ணி அம்மா இருக்கும் போது நீ மீன் குழம்பு வச்சு சாப்பிட்டது, இத்தனை வருஷமா இதையும் நீ செய்யல, எங்களுக்கும் கேட்கணும்னு தோணவே இல்ல" என்று சொல்லிக் கொண்டே சாப்பிட்டான்...

அந்த வார்த்தைகளைக் கேட்டதும் கதிர் அவள் விழிகளை ஒரு முறை பார்த்துவிட்டுத் திரும்பினான்...

அன்றிலிருந்து கதிருக்குத் தேவையான காபி டீ கூட அவள் தான் வைத்துக் கொடுப்பாள்...

அடுத்த நாள் அபி குடும்பத்தோடு அண்ணன் வீட்டுக்கு வந்தாள்... கதிரும் ஜானகியும் எல்லாரையும் வரவேற்று உபசரித்தார்கள்...

மதியம் அவர்களுக்கு விருந்து தடபுடலாகத் தயாராகிக் கொண்டிருந்தது. சரணுக்கு இங்கே வரவே பிடிக்கவில்லை என்பது அவன் முகத்திலேயே எழுதி ஒட்டி இருந்தது... குடும்பத்தினரின் வற்புறுத்தலில் வேறு வழியில்லாமல் வந்தவன் அமைதியாக அமர்ந்திருந்தான்...

ஜானகி கொஞ்ச நேரம் பேசிக் கொண்டிருந்து விட்டு, கதிருக்கு மதிய உணவு தயார் பண்ணத் தன் அறைக்குச் சென்றாள்...

அபியும் பின்னாடியே சென்றவள், "அண்ணி அண்ணாவுக்குக் கோபமெல்லாம் போயிருச்சா சரியாவே பேசலையே" என்றாள் ஏக்கமாக...

"நல்ல தானே பேசினாங்க உனக்கு அப்படி தோனுது அபி" என்றவள் சமையலுக்குத் தேவையானதை எடுத்து வைத்தாள்...

அதை ஆச்சரியமாகப் பார்த்தவள், "என்ன அண்ணி தனியா சமையல் செய்யற" என்றாள்...

"உங்க அண்ணாவுக்கு நான் தான் சமைக்கனுமாம், அதான் தனியாவே சமையலறை கட்டி கொடுத்திருக்கார்... எங்க ரெண்டு பேருக்கும் விஷ்ணுவுக்கும் இங்கயே சமைச்சுப்பேன்" என்றாள்...

பேசிக் கொண்டு சமையலை முடித்து எடுத்து வைத்து விட்டு, "விருந்து ரெடியாகி இருக்கும் வா போய் எல்லாருக்கும் பரிமாறுவோம்" என்று கீழே சென்றார்கள்...

வேலையாட்கள் எல்லாம் சமைச்சுத் தயாராக வைத்திருக்க, ஜானகி எல்லாரையும் வரச் சொல்லி விட்டுப் போய் அவளே பரிமாறினாள்...

"தம்பி நீங்களும் ஏங்கக் கூடச் சாப்பிடுங்க" என்று கேசவன் கதிரை அழைக்கவும், "நீங்க சாப்பிடுங்க மாமா நான் அப்பறமா சாப்பிட்டுக்கறேன்" என்றான்...

மாமா என்று அழைத்ததில் மொத்தக் குடும்பத்திற்கும் குளிர்ந்து போக, "நீங்களும் வாங்க தம்பி" என்றார்கள்...

கதிர் ஜானகியைப் பார்க்க, "நீங்களும் சாப்பிடுங்க மாமா" என்றவள், "அபி வா" என்று அழைத்துச் சென்று மேலே சமைச்சதை எடுத்து வந்தாள்...

"என்ன தம்பி உங்களுக்குத் தனிச் சமையலா" என்றார் கேசவன்...

"ஆமாம் மாமா எனக்கு ஜானு சமையலைத் தவிர வேற எதுவும் பிடிப்பதில்லை... அதான் எங்க ரூமிலயே சமையலறை கட்டிக் கொடுத்துட்டேன், எனக்-

கும் அவளுக்கும் மட்டும் அவ சமைப்பா" என்றவன்,

"ஜானு நீயும் வந்து என் கூடவே சாப்பிடு, பட்டம்மா பரிமாறட்டும்" என்று வேலையாட்களை அழைத்தான், அவர்கள் வந்து பரிமாறினார்கள்...

ஜானகி விஷ்ணுவுக்கும் கதிருக்கும் போட்டுக் கொடுத்து விட்டு, "நீங்களும் டேஸ்ட் பண்ணிப் பாக்கறீங்களா?" என்று சுபத்ராவிடம் கேட்டாள்...

"கொண்டாமா" என்று வாங்கிக் கொண்டவர், அவர் கொஞ்சம் எடுத்துக் கொண்டு கீழே வைக்கவும், சரண் எடுக்கப் போகும் சமயத்தில் யாரும் கவனிக்-காதவாறு விஷ்ணு எடுத்துக் கொண்டான்...

அவ சமையல் எப்படித் தான் இருக்கும்னு பாக்கத்துக்குக் கூட விடமாட்டான் போலவே, என்று எரிச்சலுடன் சாப்பிட்டான்...

அதே மாதிரி மத்த உணவுகளும் அவன் கைக்குப் போகும் முன் விஷ்ணு அபகரிக்க, இதை முதலில் எதேச்சையாக நினைத்த கதிர், தம்பியின் தொடர் செய்கையில் புருவத்தைச் சுளித்து ஊன்றி கவனித்தான்...

அப்போது தான் சரண் பார்வை ஜானகியின் மேல் படிவதைக் கண்டு கொண்டவனுக்குக் கோபம் வந்தாலும், தம்பியின் செய்கையில் அவனை மெச்சிக் கொண்டான்...

விருந்து எல்லாம் முடிந்து அவர்கள் வீட்டிற்குக் கிளம்பும் போது, ஜானகி அபிக்கு வாங்கி வைத்திருந்த புடவை, சங்கருக்கு பேண்ட் சர்ட் எல்லாம் வைத்துக் கொடுத்தாள்...

ஜானகி பின் வந்து நின்று கொண்ட கதிர், "இதெல்லாம் எப்படி எடுத்த என்-கிட்ட சொல்லவே இல்லை" என்றான்...

"நீங்க வெளியில போய்ட்டீங்க விஷ்ணுவை விட்டு எடுத்து வரச் சொன்னேன் மாமா, முதல் முதல்ல நம்ம வீட்டுக்கு வர பொண்ணை வெறும் கையோடு அனுப்ப முடியுமா?" என்றாள்...

"நானும் எதாவது கொடுக்கட்டுமா ஜானு" என்று அவன் கேட்கவும், அவளுக்கு என்ன சொல்வது என்றே தெரியாமல் பார்த்துக் கொண்டிருந்தாள்...

அனைவரும் தங்களைப் பார்க்கின்றனர் என்று உணர்ந்ததும், "சரிங்க மாமா நீங்க மாப்பிள்ளைக்கு கொடுங்க" என்றாள்...

"இரு வரேன்" என்றவன், தன் அறைக்குச் சென்று இரண்டு கட்டுப் பணம் எடுத்து வந்து, அதே தட்டத்தில் வைத்து இருவரும் சேர்ந்து கொடுத்தார்கள்...

அப்போது ஜானகி சங்கரிடம், "இந்தப் பணத்தில் நீங்க அபிக்கு எதுவும் வாங்-கித் தராதீங்க, உங்க செலவுக்கு வெச்சுக்குங்க" என்றாள்...

ஜானகியின் கழுத்தைக் கட்டிக் கொண்ட அபி, "நானே வாங்க மாட்டேன் அண்ணி, நீ கொடுத்த வாக்கை நான் உயிரோடு இருக்கற வரை காப்பாத்தறேன் போதுமா?" என்றாள்...

"ஏய் என்ன பேச்சு பேசற நான் சும்மா தான் சொன்னேன், அந்த வாக்கை எல்லாம் நீ நினைச்சுகிட்டு இருக்காம உனக்குத் தேவையானதை உங்க அண்ணாகிட்ட கேட்டு வாங்கிக்கோ, நான் குறுக்கே நிற்க மாட்டேன்" என்றாள்...

மனைவியின் இரு தோளிலும் இரு கையைப் போட்டுக் கொண்டவன், அவர்கள் இருவரும் பேசுவதைக் கேட்டுக் கொண்டிருந்தான்...

"விஷ்ணு அண்ணா நீங்க எப்ப லண்டன் போறீங்க?" என்று கேட்டாள் அபி...

"இன்னும் ஒரு வாரத்துல கிளம்பிருவேன் அபி, அங்க போனதும் உனக்கு போன் பண்றேன்" என்றான்...

எல்லாம் பேசி முடித்துக் கிளம்ப மேலும் ஒரு மணி நேரமானது...

அடுத்த ஒரு வாரத்தில் விஷ்ணுவும் சென்று விட, கதிருக்குப் பிரச்சாரத்திற்காக ஊர் ஊராகச் செல்ல வேண்டி இருந்தது..

ஜானகி அவனுக்காக மினி சமையலறையே ரெடி பண்ணி பேக் பண்ணிக் கொண்டாள்...

எந்த ஊருக்குச் சென்றாலும் அவளே தான் சமைத்துக் கொடுத்தாள், அவனுக்குப் பிடித்ததை எல்லாம் அவள் செய்து கொடுக்க, ஓய்வு நேரங்களில் எல்லாம் மொத்தமாக அவளே கதி என்று கிடந்தான் கதிர்...

அவளுடைய சுதந்திரம் இப்பொழுது முழுவதுமாக பறிக்கப்பட்டிருந்தது என்றாலும், பாதுகாப்புப் படையுடன் சென்று வந்தாள்...

நாலஞ்சு ஆண்களுக்குள் இவள் ஒருத்தி நடந்து செல்வது, அவளுக்குச் சங்கடமாக இருந்தது... இதை விட்டால் வேறு வழியும் இல்லை என்பதை, போகப் போகப் புரிந்து கொண்டாள்...

அவளுடைய எல்லா பழக்க வழக்கங்களும் மாறிப் போனது, கதிர் அவளைத் தனக்கு ஏற்ற மாதிரி மாற்றி இருந்தான்...

எந்த ஊருக்குச் சென்றாலும் அங்கே தன் மனைவிக்கு என்று ஆசையாக ஏதாவது ஒன்று இரண்டை வாங்கி வந்து கொடுத்தான்...

அன்று பிரச்சாரம் முடிந்த நேரத்திலேயே வீட்டுக்கு வந்ததால், ஜானுவோடு தனிமையில் பேச நேரம் கிடைத்தது...

"ஜானுமா நான் இப்ப எவ்வளவு சந்தோஷமா இருக்கேன் தெரியுமா? நீ இல்லாத இத்தனை வருஷம் இந்த வீடு எனக்கு ரொம்ப வெறுமையா இருந்துச்சு...

இப்ப தான் வீடு நிறைஞ்ச மாதிரி இருக்கு, நானும் நிம்மதியா இருக்கேன்" என்றவன், அவளைத் தன் மடியில் சாய்த்துக் கொண்டான்...

அவன் கையைப் பிடித்துச் சொடுக்கு எடுத்துக் கொண்டே, "மாமா இந்த பிரச்சாரத்திற்கு போறது எல்லாம் எப்ப முடியும், எப்பப் பார்த்தாலும் கூட்டத்துக்கு மத்தியிலேயே இருக்கிற மாதிரி இருக்கு, நானும் நீங்களும் மட்டும் தனியா இருக்கவே முடியாதா?" என்றாள் ஏக்கமாக...

"இந்த வாரத்தில் முடுஞ்சிரும்டி, அப்பறம் நான் மொத்தமா உனக்குத் தாண்டி" என்றவன், தன் முகத்தை அவள் முகத்தோடு சேர்த்துக் கொண்டு அவள் இதழைச் சுவைத்தான்...

அவளும் அவன் தேவைகளை இவ்வளவு நாளில் அறிந்திருந்தவள், அவனை ஏமாற்றாமல் அவன் ஆசைகளை நிறைவேற்றினாள்...

நாட்கள் பரபரப்பாகச் செல்லப் பிரச்சாரம் முடிந்து தேர்தலும் முடிந்திருந்தது...

அன்று பாதுகாப்புப் படை ஆட்களிடம், "நாங்க ஹனிமூன் போயிட்டு வரோம் நானே சமாளிச்சுப்பேன், நீங்க யாரும் கூட வரவேண்டாம்" என்று ஸ்டிக்டாக சொல்லி விட்டு, ஜானகியோடு வெனிஸ் நாட்டிற்குப் பறந்து விட்டான்...

இரண்டு பேரும் தேர்தல் முடிவுக்கு முன்பு வரை, அங்கே உற்சாகமாகத் தங்கள் தேன்நிலவைக் கொண்டாடினார்கள்...

கதிரின் கையில் எப்போதும் வெண்ணெய்யாகக் குழையும் மனைவியை, தன்னை விட்டுக் கொஞ்ச நேரம் கூடப் பிரியாமல் பார்த்துக் கொண்டான்...

அவளும் மாமா மாமா என்று அவனுக்காக உருகினாள்... அந்த நாட்டை ஜாலியாக யாருடைய தொந்தரவும் இல்லாமல் சுத்திப் பார்த்தார்கள்...

நாட்கள் ரெக்கை கட்டிக் கொண்டு பறக்க, "ஜானுமா நாம நாளைக்கு கிளம்பனும்டி, இப்பத் தான் வந்த மாதிரி இருக்கு நாள் வேகமா போயிருச்சு, திரும்பவும் நமக்கு இப்படி ஒரு வாய்ப்பு எப்பக் கிடைக்குமோ" என்றான் ஏக்கமாக...

அவன் கையில் தவழ்ந்தவள், "மாமா எனக்கு இப்படி நாம மட்டும் இருக்குற உலகம் ரொம்ப புடிச்சிருக்கு... உங்களுக்கு நேரம் கிடைக்கும் போது நாம அடிக்கடி இப்படி வரலாமா?" என்றாள்...

"கண்டிப்பா வரனும்டி இல்லைனா எனக்கிருக்கற பிரச்சனையான வேலைக்கு, தலை வெடுச்சிடும்... எந்த யோசனையும் இல்லாம உன் கூட இப்படி இருக்கிறது, மனசுக்கு லேசா இருக்குடி" என்றான்...

இருவரும் கொஞ்ச நேரம் பேசிக் கொண்டிருந்து விட்டு பேக் பண்ண ஆரம்பித்தார்கள்...

அவர்கள் நாடு திரும்பிய நாள் அதிகாலையிலிருந்தே அவன் வீடு பரபரப்பாக இருந்தது... தேர்தல் முடிவு அன்று காலை அறிவிப்பதாகச் சொல்லி இருந்தார்கள்...

அதனால் எல்லாரும் அவன் இல்லத்தில் ஆஜராகி இருந்தார்கள்... கதிர் எந்த பதற்றமும் இல்லாமல் இருக்க ஜானகி தான் ரொம்ப பதற்றமாகிப் போனாள்...

நேரம் நெருங்க நெருங்க பதற்றமும் கூடிக் கொண்டே சென்றது, கதிர் ஜெயித்ததாக அறிவிப்பு வந்ததும், அந்த இல்லமே விழாக் கோலம் பூண்டது...

கதிர் முதல் கேக்கை ஜானகிக்கு ஊட்டி அவளை அணைத்துக் கொண்டு மகிழ்ந்தான்... அவளும் ஆனந்தக் கண்ணீரோடு அவனுக்கு ஊட்டி விட்டாள்...

கதிர் கீழே சென்று, "எல்லாரும் நம்ம கல்யாண மண்டபத்துக்கு போயிருங்க, அங்க பார்ட்டி ஏற்பாடு பண்ணியிருக்கிறேன்" என்று அனுப்பி விட்டு, அவனும் செல்லும் போது ஜானகி போனுடன் ஓடி வந்தாள்...

"மாமா விஷ்ணு" என்றதும், வாங்கிப் பேசியவன், "அண்ணா வாழ்த்துக்கள் எனக்கு எவ்வளவு சந்தோஷமா இருக்கு தெரியுமா? நான் அங்க இருந்திருக்கனும்" என்றான்...

"விஷ்ணு நீ வர விரும்பினா டிக்கெட் போடச் சொல்லட்டுமா? இப்ப வர முடியுமா?" என்று கேட்டான் கதிர்...

"வரக்கூடிய சூழ்நிலை இல்லை அண்ணா லீவு கிடைக்கும் போது ஓடி வந்திடறேன்" என்றான்...

"சரி நான் அவசரமா போறேன், நீ அண்ணிட்டப் பேசு" என்று போனைக் கொடுத்து விட்டுக் கிளம்பி விட்டான்...

அவனைப் பதவிப் பிரமாணம் செய்து முடிக்கும் வரை கையிலேயே பிடிக்க முடியவில்லை... அபியும் சங்கரும் வந்து ஒரு நாள் தங்கி, இரவு கதிரை பார்த்து வாழ்த்து சொல்லி விட்டுச் சென்றார்கள்...

கதிர் முதலமைச்சராகி முதல் முறை வீட்டிற்கு வரும் போது, ஜானகி ஆரத்தி சுத்தி வரவேற்றாள்...

அவளை அங்கயே கட்டி அணைத்துக் கொண்டவன், தன் லட்சியத்தை அடைந்த பூரிப்பில் இருந்தான்...

ஜானகி அவனுக்காகச் சமைத்த ஸ்வீட்டை அவனுக்கு ஊட்டி விட்டு, "மாமா உங்களுக்கு எப்பவும் வெற்றி தான் கிடைக்கனும்" என்றாள் சந்தோஷத்துடன்...

"நீ கூட இருந்தாலே எனக்குப் பெரிய வெற்றி தாண்டி, அதைக் கொண்டாடலாமா?" என்றான்... இருவருக்கும் அன்றைய இரவை மறக்க முடியாததாக மாற்றி இருந்தாள் ஜானகி....

அவளின் பரிசில் அவனின் குரல் தாபத்துடன், "ஜானுமா" என்று ஒலித்தது...

ஜானகி மெல்ல அவன் காதில், "மாமா என் பரிசு எப்படி" என்று கேட்டதும் அவளை விழியகலாமல் பார்த்தவன்,

"சூப்பரா இருந்துச்சுடி முதலமைச்சர் பதவி தர்ர போதைய விட, உன் போதையிலிருந்து நான் வெளியே வரவே மாட்டேன் போலவே" என்றான் கிண்டலாக...

அவர்களின் வாழ்க்கையில் சந்தோஷத்திற்குப் பஞ்சமில்லாமல் சென்று கொண்டிருக்க,

அதைப் பங்கு போடக் குட்டி தேவதையின் அறிவிப்போடு ஜானகி வீட்டிற்கு வந்தாள்...

காலையிலிருந்து தலை சுற்றலாக இருக்கு என்று ஹாஸ்பிடல் போய் செக் பண்ணிக் கொண்டவள், தான் கன்சீவாக இருப்பதைக் கணவனிடம் அறிவிக்க

மகிழ்ச்சியுடன் வீட்டிற்கு வந்தாள்...

இரவு அவன் வரும் வரை பொறுமையாகக் காத்திருந்தவள், கதிர் வந்ததும், "மாமா உங்களுக்கு ஒரு சந்தோஷமான செய்தி சொல்லப் போறேன் எனக்கு என்ன தருவீங்க" என்றாள்....

"என்னையே தந்துட்டேனேடி வேற என்ன இருக்கு என்கிட்ட" என்றான் சரசமாக...

"என்கிட்ட இருக்கே" என்றாள் வெக்கத்துடன்,

"எனக்குத் தெரியாம என்னடி ஒளிச்சு வெச்சிருக்க?" என்றான் செல்லமாக...

அவன் கையைப் பற்றி வயிற்றில் வைத்துக் கொண்டதும், மின்சாரம் தாக்கியதுபோல் உணர்ந்தவன், "உண்மையாவாடி" என்று கரகரப்பாக குரல் வர,

"ஆமாம் மாமா" என்றாள் வெக்கத்துடன்...

அவளை ஆசையோடு அணைத்துக் கொண்டவனுக்கு மகிழ்ச்சியில் கொஞ்ச நேரம் பேச்சே வரவில்லை...

"ரொம்ப சந்தோஷமா இருக்குடி" என்று அவள் வயிற்றில் முத்தமிட்டவன்...

அவளை அப்பிடியே தூக்கிச் சென்று கட்டிலில் அமர வைத்தான்... அவனும் அவள் அருகில் அமர்ந்து கொண்டு அவள் கையைப் பிடித்து, "இது எத்தனை மாசம்" என்றான்.

மூன்று விரல்களை நீட்டியவள், அவன் தோளில் சாய்ந்து கொண்டாள்...

அவள் தலையை வருடிக் கொடுத்தவன், வாழ்க்கை அன்று தான் முழுமை அடைந்ததைப் போல் உணர்ந்தான்...

இருவர் வாழ்க்கையும் பின்னிப் பிணைந்த கொடி போல் எப்போதும் பிரியாமல் இருக்கும் என்ற நம்பிக்கையில், நாமும் வாழ்த்துவோம்...

என் எழுத்தை வாசித்து என்னை இவ்வளவு தூரம் வளர்த்து விட்ட அனைத்து வாசகத் தோழமைகளுக்கும் நன்றிகள்

என்றும் பிரியங்களுடன்

கவிதா அன்புசெல்வன்

ஆசிரியரின் பிற நூல்கள்

ஆசிரியரின் பிற நூல்கள் மின்நூல்களாகவும் பேப்பர் புத்தகமாகவும் கிடைக்கும்

அழைத்தால் வருவேனென்று நினைத்தாயோ
விதியினும் வலியது காதல்
காதல் கண்ணனின் ராதையவள்
என் தேடல் நீ அன்பே
சிற்பிவரம்பன்
உன் முகமே ராசிதான்
மனசெல்லாம் ஷெண்பகப் பூ
சிந்தாமல் நின்றாடும் செந்தேனே
வரமாய் வந்த வெண்ணிலவே
நெய்தலின் காதல் அலைகள்
காதலுடன் காத்திருக்கும் சிபந்தி கிரகம்
என் நினைவே நீயானாய்
காதல் வரம் தர வாராயோ கண்ணம்மா
முரண்படாத கவிதை நீ
உறைபனியில் உறைந்த வெண்பனி
வாராயோ வண்ணமயில்
தேடி வந்த தென்றலே
பாவையின் விழிகளும் மொழி பேசுமே
நிழலில் ஆடும் நித்திலமே
ஒரு ஜீவன் துடிக்குது
விழியோடு உறவாடு
தாயிமையிலும் விஷமுண்டு (குறுநாவல்)
காதல் கணங்கள் (சிறுகதை தொகுப்பு)
தொடர்புகொள்ள - kavianbu1029@gmail.com

www.ingramcontent.com/pod-product-compliance
Ingram Content Group UK Ltd.
Pitfield, Milton Keynes, MK11 3LW, UK
UKHW042131021026
15589UKWH00003B/745

9 798889 513643